The Power of Words: Exploring Text Mining and Natural Language Processing

ఖండాలు యొక్క శక్తి: టెక్స్ట్ మైనింగ్ మరియు నేచురల్ లాంగ్వేజ్ ప్రాసెసింగ్ లోపలికి

Gurajada Apparao

Copyright © [2023]

Title: The Power of Words: Exploring Text Mining and Natural Language Processing

Author's: Gurajada Apparao

All rights reserved. No part of this publication may be reproduced, stored in a retrieval system, or transmitted in any form or by any means, electronic, mechanical, photocopying, recording, or otherwise, without the prior written permission of the publisher or author, except in the case of brief quotations embodied in critical reviews and certain other non-commercial uses permitted by copyright law.

This book was printed and published by [Publisher's: **Gurajada Apparao**] in [2023]

ISBN:

TABLE OF CONTENT

Chapter 1: Decoding the Magic: Unveiling the Power of Words in the Digital Age   11

1.1 The Language Revolution: From Hieroglyphics to Emojis

1.2 Data Deluge: The Rise of the Textual Ocean

1.3 Beyond the Surface: Unlocking Meaning and Insight

1.4 Applications and Potential: Shaping Our World with Words

1.5 Ethics and Challenges: Navigating the Responsbilities of Language Processing

Chapter 2: Taming the Textual Tempest: Foundations of Text Mining   21

2.1 Text Preprocessing: Cleaning and Structuring the Raw Material

2.2 Tokenization and Stemming: Breaking Down and Classifying Words

2.3 Named Entity Recognition: Identifying People, Places, and Things

2.4 Document Representation: Transforming Text into Computable Data

2.5 Information Retrieval: Finding Needles in the Haystack

- **Chapter 3: Extracting the Essence: Uncovering Information with Text Mining Techniques   31**
    - 3.1 Sentiment Analysis: Decoding Emotions and Opinions from Text
    - 3.2 Topic Modeling: Discovering Hidden Themes and Clusters
    - 3.3 Keyword Extraction: Identifying Key Concepts and Trends
    - 3.4 Text Summarization: Condensing Meaning and Saving Time
    - 3.5 Social Media Mining: Analyzing Conversations and Understanding Public Opinion

- **Chapter 4: Language as Code: The Fundamentals of Natural Language Processing   41**
    - 4.1 Part-of-Speech Tagging: Understanding the Role of Words in Sentences
    - 4.2 Syntactic Parsing: Deciphering the Grammar of Language
    - 4.3 Natural Language Generation: Transforming Data into Text
    - 4.4 Machine Translation: Bridging the Gap Between Languages
    - 4.5 Deep Learning for NLP: Unleashing the Power of Neural Networks

Chapter 5: Unlocking the Potential: NLP Applications in the Real World   52

5.1 Chatbots and Virtual Assistants: Conversational Agents for Customer Service and More

5.2 Machine Translation in Action: Breaking Down Language Barriers

5.3 Text Analysis for Social Good: Combating Disinformation and Understanding Public Health Issues

5.4 NLP in Creative Fields: Generating Poetry, Music, and Storytelling

5.5 The Future of Language Processing: Personalized Education, Adaptive AI, and Beyond

Chapter 6: The Words Have Spoken: Implications and Ethics of Language Processing   62

6.1 Bias and Fairness: Addressing Algorithmic Inequities

6.2 Privacy and Security: Protecting Language Data in the Digital Age

6.3 The Human-Machine Partnership: Collaborating with Technology for Better Communication

6.4 The Evolving Landscape: Keeping Pace with Advances in NLP

6.5 A Final Reflection: The Power and Responsibility of Shaping Language with Technology

- **Chapter 7: Beyond the Textbook: Resources and Next Steps for Learning NLP**   **72**
  - 7.1 Online Courses and Tutorials: Getting Started with Text Mining and NLP
  - 7.2 Open-Source Libraries and Tools: Building Your Own Language Processing Projects
  - 7.3 Research Papers and Conferences: Staying at the Forefront of NLP Advances
  - 7.4 Engaging with the Community: Joining Forums and Networks of NLP Enthusiasts
  - 7.5 The End is Just the Beginning: Embracing the Power of Words in Your Own Journey

విషయ సూచిక

అధ్యాయం 1: మాటల మాయాజాలం: డిజిటల్ యుగంలో పదాల శక్తిని బయటపెట్టడం

1.1 భాషా విప్లవం: హైరోగ్లిఫిక్స్ నుండి ఎమోజీల వరకు

1.2 డేటా వరద: పాఠ్య సముద్రం యొక్క పెరుగుదల

1.3 ఉపరితలం కంటే ఎక్కువ: అర్థం మరియు అంతర్దృష్టిని అన్‌లాక్ చేయడం

1.4 అనువర్తనాలు మరియు సామర్థ్యాలు: పదాలతో మన ప్రపంచాన్ని ఆకృతీకరించడం

1.5 నీతి మరియు సవాళ్లు: భాషా ప్రాసెసింగ్ యొక్క బాధ్యతలను నావిగేట్ చేయడం

అధ్యాయం 2: పాఠ్యపు టెంపెస్ట్ ను నియంత్రించడం: టెక్స్ట్ మైనింగ్ యొక్క పునాదులు

2.1 టెక్స్ట్ పూర్వ ప్రాసెసింగ్: ముడిసరును శుభ్రం చేయడం మరియు నిర్మాణం చేయడం

2.2 టోకెనైజేషన్ మరియు స్టెమ్మింగ్: పదాలను విడదీయడం మరియు వర్గీకరించడం

2.3 నామమాత్రపు సంస్థ గుర్తింపు: వ్యక్తులు, ప్రదేశాలు మరియు వస్తువులను గుర్తించడం

2.4 డాక్యుమెంట్ ప్రాతినిధ్యం: టెక్స్ట్‌ను లెక్కించే డేటాగా మార్చడం

2.5 సమాచార పునరుద్ధరణ: గడ్డి గూంకలో సూదులను కనుగొనడం

అధ్యాయం 3: సారాన్ని వెలికితీయడం: టెక్స్ట్ మైనింగ్ పద్ధతులతో సమాచారాన్ని బయటపెట్టడం

- 3.1 అభిప్రాయ విశ్లేషణ: టెక్స్ట్ నుండి భావాలు మరియు అభిప్రాయాలను డీకోడింగ్
- 3.2 టాపిక్ మోడలింగ్: దాచిన థీమ్‌లు మరియు క్లస్టర్‌లను కనుగొనడం
- 3.3 కీలక పదాల ఎక్స్‌ట్రాక్షన్: కీలకమైన భావనలు మరియు ధోరణులను గుర్తించడం
- 3.4 టెక్స్ట్ సంగ్రహణ: అర్థాన్ని సంగ్రహించడం మరియు సమయాన్ని ఆదా చేయడం
- 3.5 సోషల్ మీడియా మైనింగ్: సంభాషణలను విశ్లేషించడం మరియు ప్రజా అభిప్రాయాన్ని అర్థం చేసుకోవడం

అధ్యాయం 4: కోడ్‌గా భాష: నేచురల్ లాంగ్వేజ్ ప్రాసెసింగ్ యొక్క ప్రాథమిక అంశాలు

- 4.1 పార్ట్-ఆఫ్-స్పీచ్ ట్యాగింగ్: వాక్యాలలో పదాల పాత్రను అర్థం చేసుకోవడం
- .2 వాక్య నిర్మాణ విశ్లేషణ: భాష యొక్క వ్యాకరణాన్ని డీకోడింగ్ చేయడం
- 4.3 సహజ భాషా ఉత్పత్తి: డేటాను టెక్స్ట్‌గా మార్చడం
- 4.4 యంత్ర అనువాదం: భాషల మధ్య అంతరాన్ని దాటడం
- 4.5 NLP కోసం లోతైన లెర్నింగ్: న్యూరల్ నెట్‌వర్క్‌ల శక్తిని విప్పడం

అధ్యాయం 5: సామర్థ్యాన్ని అన్‌లాక్ చేయడం: నిజ ప్రపంచంలో NLP అనువర్తనాలు

5.1 చాట్‌బాట్‌లు మరియు వర్చువల్ సహాయకులు: కస్టమర్ సేవ మరియు మరిన్నింటి కోసం సంభాషణా ఏజెంట్లు

5.2 యాక్షన్‌లో యంత్ర అనువాదం: భాషా అడ్డంకులను విచ్ఛిన్నం చేయడం

5.3 సామాజిక మంచి కోసం టెక్స్ట్ విశ్లేషణ: తప్పు సమాచారాన్ని ఎదుర్కోవడం మరియు ప్రజా ఆరోగ్య సమస్యలను అర్థం చేసుకోవడం

5.4 సృజనాత్మక రంగాలలో NLP: కవితలు, సంగీతం మరియు కథ చెప్పడం

5.5 భాషా ప్రాసెసింగ్ యొక్క భవిష్యత్తు: వ్యక్తిగతీకరించిన విద్య, అనుకూల AI మరియు అంతకు మించి

అధ్యాయం 6: పదాలు మాట్లాడినాయి: భాషా ప్రాసెసింగ్ యొక్క ప్రభావాలు మరియు నీతి

6.1 పక్షపాతం మరియు న్యాయం: అల్గోరిథమిక్ అసమానతలను పరిష్కరించడం

6.2 గోప్యత మరియు భద్రత: డిజిటల్ యుగంలో భాషా డేటాను రక్షించడం

6.3 మానవ-యంత్ర భాగస్వామ్యం: మంచి కమ్యూనికేషన్ కోసం టెక్నాలజీతో సహకారం

6.4 పరిణామ చెందుతున్న దృశ్యం: NLPలో పురోగతితో వేగంగా అభివృద్ధి చెందడం

6.5 చివరి ప్రతిబింబం: టెక్నాలజీతో భాషను ఆకృతీకరించడం యొక్క శక్తి మరియు బాధ్యత

అధ్యాయం 7: పాఠ్యపుస్తకం అ ηεర: NLP నేర్చుకోవడానికి వనరులు మరియు తదుపరి దశలు

- 7.1 ఆన్‌లైన్ కోర్సులు మరియు ట్యుటోరియల్స్: టెక్స్ట్ మైనింగ్ మరియు NLPతో ప్రారంభం
- 7.2 ఓపెన్-సోర్స్ లైబ్రరీలు మరియు సాధనాలు: మీ స్వంత భాషా ప్రాసెసింగ్ ప్రాజెక్ట్‌లను నిర్మించడం
- 7.3 పరిశోధనా పత్రాలు మరియు సమావేశాలు: NLP పురోగతిలో ముందువరుసలో ఉండటం
- 7.4 కమ్యూనిటీతో నిమగ్నమవ్వడం: NLP ఉత్సాహుల ఫోరమ్‌లు మరియు నెట్‌వర్క్‌లలో చేరడం

Chapter 1: Decoding the Magic: Unveiling the Power of Words in the Digital Age

అధ్యాయం 1: మాటల మాయాజాలం: డిజిటల్ యుగంలో పదాల శక్తిని బయటపెట్టడం

భాషా విప్లవం: హైరోగ్లిఫిక్స్ నుండి ఎమోజీల వరకు

పరిచయం

భాష అనేది మానవుల మధ్య సంభాషణకు ఉపయోగించే ఒక సాధనం. ఇది మన ఆలోచనలు, భావాలను మరియు అనుభవాలను మరొకరికి తెలియజేయడానికి మనకు అనుమతిస్తుంది. భాష ఎల్లప్పుడూ అభివృద్ధి చెందుతోంది మరియు మార్పు చెందుతోంది. ఈ క్రమంలో, భాషా విప్లవాలు సంభవించాయి. ఈ విప్లవాలు భాషను ఉపయోగించే విధానాన్ని మార్చాయి.

ఈ వ్యాసం భాషా విప్లవాల చరిత్రను అన్వేషిస్తుంది. ఇది హైరోగ్లిఫిక్స్ నుండి ఎమోజీల వరకు భాషా వినియోగంలో సంభవించిన కొన్ని కీలక మార్పులను చూస్తుంది.

హైరోగ్లిఫిక్స్

ప్రపంచంలోనే అత్యంత పురాతన భాషా వ్యవస్థలలో ఒకటి హైరోగ్లిఫిక్స్. ఇది పురాతన ఈజిప్షులో ఉపయోగించబడింది. హైరోగ్లిఫిక్స్ చిత్రాల ద్వారా సమాచారాన్ని కమ్యూనికేట్

చేస్తాయి. ఒకే చిత్రం ఒక పదం, శబ్దం లేదా భావాన్ని సూచించవచ్చు.

హైరోగ్లిఫిక్స్ చాలా శక్తివంతమైన సాధనం. ఇది ఈజిప్షియన్ సంస్కృతి మరియు చరిత్ర గురించి మాకు చాలా తెలియజేస్తుంది. ఉదాహరణకు, హైరోగ్లిఫిక్స్ ఈజిప్షియన్ పూజా విధానాలు, రాజకీయ వ్యవస్థ మరియు రోజువారీ జీవితం గురించి మాకు సమాచారాన్ని అందిస్తాయి.

స్క్రిప్ట్‌లు

హైరోగ్లిఫిక్స్ నుండి భాషా వినియోగంలో మార్పు వచ్చింది. స్క్రిప్ట్‌లు అభివృద్ధి చెందాయి. స్క్రిప్ట్‌లు భాషను వ్రాయడానికి ఉపయోగించే చిహ్నాల సమితి. స్క్రిప్ట్‌లు హైరోగ్లిఫిక్‌ల కంటే ఉపయోగించడానికి సులభం మరియు వేగంగా.

ప్రపంచంలోని అత్యంత ప్రాచీన స్క్రిప్ట్‌లలో ఒకటి సూమరియన్ సిలబరిక్ స్క్రిప్ట్. ఇది పురాతన సూమరియాలో ఉపయోగించబడింది. సూమరియన్ సిలబరిక్ స్క్రిప్ట్‌లో, ప్రతి చిహ్నం ఒక శబ్దాన్ని సూచిస్తుంది.

మరొక ప్రాచీన స్క్రిప్ట్ హీబ్రూ లిపి. ఇది పురాతన హీబ్రూ ప్రజలచే ఉపయోగించబడింది. హీబ్రూ లిపిలో, ప్రతి చిహ్నం ఒక అక్షరాన్ని సూచిస్తుంది.

డేటా వరద: పాఠ్య సముద్రం యొక్క పెరుగుదల

పరిచయం

ప్రపంచంలోని పాఠ్య డేటా యొక్క పరిమాణం విపరీతంగా పెరుగుతోంది. ఈ డేటా వరదను డేటా సముద్రం అని కూడా పిలుస్తారు. డేటా సముద్రం యొక్క పెరుగుదల అనేక కారణాల వల్ల జరుగుతోంది.

ఒక కారణం డిజిటల్ విప్లవం. డిజిటల్ విప్లవంతో, పాఠ్యాన్ని సృష్టించడం, నిల్వ చేయడం మరియు పంపిణీ చేయడం సులభం అయింది. ఈ కారణంగా, పాఠ్య డేటా యొక్క మొత్తం పరిమాణం గణనీయంగా పెరిగింది.

మరొక కారణం సోషల్ మీడియా. సోషల్ మీడియా వ్యక్తులు పాఠ్యాన్ని సులభంగా సృష్టించడానికి మరియు పంచుకోవడానికి అనుమతిస్తుంది. ఈ కారణంగా, సోషల్ మీడియాలో పాఠ్య డేటా యొక్క పరిమాణం గణనీయంగా పెరిగింది.

డేటా సముద్రం యొక్క పెరుగుదల అనేక పరిణామాలను కలిగి ఉంది. ఈ పరిణామాలలో కొన్ని:

భాషా శాస్త్రం మరియు భాషా నమూనాల అభివృద్ధికి డేటా సముద్రం కొత్త అవకాశాలను అందిస్తుంది. డేటా సముద్రం భాష యొక్క లక్షణాలను మరియు పాటవాలను అర్థం చేసుకోవడానికి భాషా శాస్త్రవేత్తలకు సహాయపడుతుంది. ఇది కొత్త భాషా నమూనాలను అభివృద్ధి చేయడానికి కూడా సహాయపడుతుంది.

- డేటా సముద్రం భాషా నైపుణ్యాల అవసరాన్ని పెంచుతుంది. డేటా సముద్రం యొక్క పెరుగుదల కారణంగా, వ్యక్తులు మరింత సమర్థవంతంగా పాఠ్యాన్ని సృష్టించడం, అర్థం చేసుకోవడం మరియు ప్రాసెస్ చేయడం నేర్చుకోవాలి.
- డేటా సముద్రం భాషా వివక్షను పెంచుతుంది. డేటా సముద్రం లోపభూయిష్టంగా ఉంటే, ఇది భాషా నమూనాలలో వివక్షను కలిగిస్తుంది. ఈ వివక్ష కొత్త సాంకేతికతల ద్వారా పెరుగుతుంది.

డేటా సముద్రం యొక్క పెరుగుదల అనేది ఒక ముఖ్యమైన పరిణామం. ఇది భాషా శాస్త్రం, భాషా నైపుణ్యాలు మరియు భాషా వివక్ష పై గణనీయమైన ప్రభావాన్ని చూపుతుంది.

ఉపరితలం కంటే ఎక్కువ: అర్థం మరియు అంతర్దృష్టిని అన్‌లాక్ చేయడం

పరిచయం

పాఠ్యం అనేది సమాచారాన్ని కమ్యూనికేట్ చేయడానికి మరియు అర్థాన్ని సృష్టించడానికి మనం ఉపయోగించే ఒక శక్తివంతమైన సాధనం. అయితే, పాఠ్యం యొక్క అర్థాన్ని అర్థం చేసుకోవడం ఎల్లప్పుడూ సులభం కాదు. కొన్నిసార్లు, పాఠ్యం యొక్క అర్థం ఉపరితలం క్రింద దాగి ఉంటుంది.

ఈ వ్యాసం పాఠ్యం యొక్క అర్థాన్ని అర్థం చేసుకోవడానికి మరియు అంతర్దృష్టిని అన్‌లాక్ చేయడానికి మార్గాలను అన్వేషిస్తుంది. ఇది పాఠ్య విశ్లేషణ యొక్క కొన్ని ప్రధాన పద్ధతులను చూస్తుంది మరియు పాఠ్యం యొక్క అర్థాన్ని అర్థం చేసుకోవడంలో సహాయపడే కొన్ని చిట్కాలను అందిస్తుంది.

పాఠ్య విశ్లేషణ

పాఠ్య విశ్లేషణ అనేది పాఠ్యాన్ని అర్థం చేసుకోవడానికి మరియు విశ్లేషించడానికి ఉపయోగించే ఒక శాస్త్రీయ పద్ధతి. ఇది పాఠ్యం యొక్క భాష, నిర్మాణం మరియు సందర్భాన్ని పరిగణనలోకి తీసుకుంటుంది.

పాఠ్య విశ్లేషణ యొక్క కొన్ని సాధారణ పద్ధతులు:

వచన విశ్లేషణ: ఇది పాఠ్యంలోని పదాలు మరియు వాక్యాలను విశ్లేషిస్తుంది.

- సమగ్ర విశ్లేషణ: ఇది పాఠ్యం యొక్క మొత్తం నిర్మాణాన్ని విశ్లేషిస్తుంది.
- సందర్భ విశ్లేషణ: ఇది పాఠ్యం యొక్క సృష్టికర్త, ప్రేక్షకులు మరియు సమయాన్ని పరిగణనలోకి తీసుకుంటుంది.

పాఠ్యం యొక్క అర్థాన్ని అర్థం చేసుకోవడానికి

పాఠ్యం యొక్క అర్థాన్ని అర్థం చేసుకోవడానికి, మీరు పాఠ్యం యొక్క కొన్ని అంశాలను పరిగణనలోకి తీసుకోవాలి. ఈ అంశాలు:

- పాఠ్యం యొక్క భాష: పాఠ్యంలోని పదాలు, వాక్యాలు మరియు వాక్యాల నిర్మాణం పాఠ్యం యొక్క అర్థాన్ని ప్రభావితం చేస్తుంది.
- పాఠ్యం యొక్క నిర్మాణం: పాఠ్యం యొక్క విభాగాలు మరియు నిర్మాణం పాఠ్యం యొక్క అర్థాన్ని ప్రభావితం చేస్తుంది.
- పాఠ్యం యొక్క సందర్భం: పాఠ్యం ఏ సందర్భంలో సృష్టించబడింది మరియు ప్రదర్శించబడింది అనేది పాఠ్యం యొక్క అర్థాన్ని ప్రభావితం చేస్తుంది.

అనువర్తనాలు మరియు సామర్థ్యాలు: పదాలతో మన ప్రపంచాన్ని ఆకృతీకరించడం

పరిచయం

పదాలు శక్తివంతమైన సాధనాలు. అవి మన ఆలోచనలు, భావాలు మరియు అనుభవాలను కమ్యూనికేట్ చేయడానికి మనకు అనుమతిస్తాయి. అవి మన ప్రపంచాన్ని ఆకృతీకరించడానికి కూడా ఉపయోగించవచ్చు.

ఈ వ్యాసం పదాల యొక్క అనువర్తనాలు మరియు సామర్థ్యాలను అన్వేషిస్తుంది. ఇది పదాలను ఉపయోగించి మన ప్రపంచాన్ని మార్చడానికి వివిధ మార్గాలను చూస్తుంది.

పదాల అనువర్తనాలు

పదాలను వివిధ రకాల అనువర్తనాల కోసం ఉపయోగించవచ్చు. కొన్ని ఉదాహరణలు:

కమ్యూనికేషన్: పదాలు మన ఆలోచనలు, భావాలు మరియు అనుభవాలను ఇతరులతో పంచుకోవడానికి ఉపయోగించవచ్చు.

సమాచారం: పదాలు సమాచారాన్ని కమ్యూనికేట్ చేయడానికి మరియు పంచుకోవడానికి ఉపయోగించవచ్చు.

విద్య: పదాలు విద్యార్థులకు కొత్త విషయాలు నేర్చుకోవడంలో సహాయపడటానికి ఉపయోగించవచ్చు.

వినోదం: పదాలు కథలు, కవితలు, నాటకాలు మరియు ఇతర సృజనాత్మక రచనలను రూపొందించడానికి ఉపయోగించవచ్చు.

- ప్రచారం: పదాలు ఒక భావన లేదా కారణాన్ని ప్రోత్సహించడానికి ఉపయోగించవచ్చు.

పదాల సామర్థ్యాలు

పదాలు చాలా శక్తివంతమైన సాధనాలు. అవి మన ప్రపంచాన్ని మార్చడానికి ఉపయోగించవచ్చు. కొన్ని ఉదాహరణలు:

- పర్యావరణాన్ని రక్షించడానికి: పదాలు పర్యావరణ అవగాహనను పెంచడానికి మరియు పర్యావరణ అనుకూల జీవనశైలిని ప్రోత్సహించడానికి ఉపయోగించవచ్చు.
- సమానత్వాన్ని ప్రోత్సహించడానికి: పదాలు మహిళల హక్కులు, జాతి సమానత్వం మరియు ఇతర సామాజిక న్యాయ అంశాలపై అవగాహనను పెంచడానికి ఉపయోగించవచ్చు.
- శాంతిని ప్రోత్సహించడానికి: పదాలు శాంతి సంభాషణలను ప్రోత్సహించడానికి మరియు హింసను నివారించడానికి ఉపయోగించవచ్చు.

పదాలతో మన ప్రపంచాన్ని ఆకృతీకరించడం

పదాలు శక్తివంతమైన సాధనాలు. అవి మన ఆలోచనలు, భావాలు మరియు అనుభవాలను కమ్యూనికేట్ చేయడానికి మనకు అనుమతిస్తాయి. అవి మన ప్రపంచాన్ని ఆకృతీకరించడానికి కూడా ఉపయోగించవచ్చు.

నీతి మరియు సవాళ్లు: భాషా ప్రాసెసింగ్ యొక్క బాధ్యతలను నావిగేట్ చేయడం

పరిచయం

భాషా ప్రాసెసింగ్ అనేది భాషను అర్థం చేసుకోవడానికి మరియు ప్రాసెస్ చేయడానికి కంప్యూటర్లను ఉపయోగించే ఒక శాస్త్రం. ఇది కృత్రిమ మేధస్సు యొక్క ఒక ముఖ్యమైన రంగం, ఇది వివిధ రకాల అనువర్తనాలలో ఉపయోగించబడుతుంది, వీటిలో సహాయక AI, భాషా అనువాదం మరియు సమాచార శోధన ఉన్నాయి.

భాషా ప్రాసెసింగ్ యొక్క అభివృద్ధి అనేక నైతిక మరియు సామాజిక సవాళ్లను సృష్టించింది. ఈ సవాళ్లలో కొన్ని:

భాషా వివక్ష: భాషా ప్రాసెసింగ్ నమూనాలు భాషా వివక్షను ప్రతిబింబిస్తాయి, ఇది నిర్దిష్ట సమూహాలకు అడ్డంకులు లేదా అసౌకర్యాన్ని కలిగిస్తుంది.

సమాచార దుర్వినియోగం: భాషా ప్రాసెసింగ్‌ను సమాచారాన్ని దుర్వినియోగం చేయడానికి లేదా తప్పుడు సమాచారాన్ని వ్యాప్తి చేయడానికి ఉపయోగించవచ్చు.

వ్యక్తిగత గోప్యత: భాషా ప్రాసెసింగ్ వ్యక్తిగత గోప్యతను ఉల్లంఘించడానికి ఉపయోగించవచ్చు.

ఈ సవాళ్లను ఎదుర్కోవడానికి, భాషా ప్రాసెసింగ్ నిపుణులు మరియు వినియోగదారులు కలిసి పని చేయడం ముఖ్యం. భాషా ప్రాసెసింగ్‌ను నైతికంగా మరియు సమాజానికి ప్రయోజనకరంగా ఉపయోగించడానికి మార్గాలను కనుగొనడానికి మేము కృషి చేయాలి.

భాషా వివక్ష

భాషా వివక్ష అనేది భాషా ప్రాసెసింగ్ నమూనాలు నిర్దిష్ట సమూహాలను ప్రతికూలంగా చూసే విధానం. ఈ వివక్ష భాషా అనువాదం, సమాచార శోధన మరియు ఇతర అనువర్తనాలలో ప్రభావం చూపుతుంది.

ఉదాహరణకు, ఒక భాషా అనువాద నమూనా ఒక భాష నుండి మరొక భాషకు స్త్రీలను వివక్షపూరితంగా అనువదించవచ్చు. లేదా, ఒక సమాచార శోధన నమూనా ఒక నిర్దిష్ట జాతి లేదా మత సమూహం గురించి సమాచారాన్ని తగినంతగా అందించకపోవచ్చు.

భాషా వివక్షను తగ్గించడానికి, భాషా ప్రాసెసింగ్ నమూనాలను శిక్షణ ఇవ్వడానికి ఉపయోగించే డేటాను జాగ్రత్తగా ఎంచుకోవాలి. ఈ డేటాలో వివిధ సమూహాల నుండి వచ్చిన వ్యక్తుల మాటలు మరియు వచనం ఉండాలి.

Chapter 2: Taming the Textual Tempest: Foundations of Text Mining

అధ్యాయం 2: పాఠ్యపు టెంపెస్ట్ ను నియంత్రించడం: టెక్స్ట్ మైనింగ్ యొక్క పునాదులు

టెక్స్ట్ పూర్వ ప్రాసెసింగ్: ముడిసరును శుభ్రం చేయడం మరియు నిర్మాణం చేయడం

పరిచయం

టెక్స్ట్ ప్రాసెసింగ్ అనేది భాషా ప్రాసెసింగ్ యొక్క ఒక శాఖ, ఇది టెక్స్ట్ డేటాను అర్థం చేసుకోవడానికి మరియు ప్రాసెస్ చేయడానికి ఉపయోగించే సాంకేతికతలను అభివృద్ధి చేస్తుంది. టెక్స్ట్ ప్రాసెసింగ్ యొక్క ఒక ముఖ్యమైన దశ టెక్స్ట్ పూర్వ ప్రాసెసింగ్. టెక్స్ట్ పూర్వ ప్రాసెసింగ్ అనేది ముడి టెక్స్ట్ ను శుభ్రం చేయడం మరియు నిర్మాణం చేయడం ద్వారా దానిని మరింత ప్రాసెస్ చేయడానికి అనుకూలంగా మార్చే ప్రక్రియ.

ముడిసరు

ముడిసరు అనేది టెక్స్ట్ ప్రాసెసింగ్ లో ఉపయోగించే టెక్స్ట్ డేటా యొక్క ప్రాథమిక రూపం. ఇది తరచుగా లోపాలు, వ్యత్యాసాలు మరియు ఇతర సమస్యలతో నిండి ఉంటుంది.

ఈ సమస్యలను పరిష్కరించడానికి, టెక్స్ట్ పూర్వ ప్రాసెసింగ్ టెక్నిక్లను ఉపయోగించవచ్చు.

టెక్స్ట్ పూర్వ ప్రాసెసింగ్ యొక్క దశలు

టెక్స్ట్ పూర్వ ప్రాసెసింగ్ అనేది అనేక దశలతో కూడిన ప్రక్రియ. ఈ దశలు సాధారణంగా క్రింది విధంగా ఉంటాయి:

- శుభ్రీకరణ: ఈ దశలో, ముడిసరు నుండి లోపాలు, వ్యత్యాసాలు మరియు ఇతర సమస్యలను తొలగించడానికి టెక్నిక్లు ఉపయోగించబడతాయి.

- కోడింగ్: ఈ దశలో, టెక్స్ట్ యొక్క భాషను గుర్తించడానికి మరియు టెక్స్ట్ను కోడ్ చేయడానికి టెక్నిక్లు ఉపయోగించబడతాయి.

- అక్షరాలను గుర్తించడం: ఈ దశలో, టెక్స్ట్లోని అక్షరాలను గుర్తించడానికి టెక్నిక్లు ఉపయోగించబడతాయి.

- వచనాన్ని విభజించడం: ఈ దశలో, టెక్స్ట్ను వాక్యాలు, పదాలు మరియు ఇతర యూనిట్లుగా విభజించడానికి టెక్నిక్లు ఉపయోగించబడతాయి.

- శబ్దకోశం నిర్మాణం: ఈ దశలో, టెక్స్ట్లోని అన్ని శబ్దాలను నిర్వచించడానికి మరియు వాటిని ఒక శబ్దకోశంలో నిల్వ చేయడానికి టెక్నిక్లు ఉపయోగించబడతాయి.

టోకెనైజేషన్ మరియు స్టెమ్మింగ్: పదాలను విడదీయడం మరియు వర్గీకరించడం

పరిచయం

టెక్స్ట్ ప్రాసెసింగ్ అనేది భాషా ప్రాసెసింగ్ యొక్క ఒక శాఖ, ఇది టెక్స్ట్ డేటాను అర్థం చేసుకోవడానికి మరియు ప్రాసెస్ చేయడానికి ఉపయోగించే సాంకేతికతలను అభివృద్ధి చేస్తుంది. టెక్స్ట్ ప్రాసెసింగ్‌లో ఒక ముఖ్యమైన దశ టెక్స్ట్‌ను చిన్న యూనిట్‌లుగా విభజించడం. ఈ ప్రక్రియను టోకెనైజేషన్ అంటారు. టోకెనైజేషన్ తరువాత, ఈ చిన్న యూనిట్‌లను మరింత వివరంగా అధ్యయనం చేయడానికి వీలు కల్పించడానికి వాటిని వర్గీకరించవచ్చు. ఈ ప్రక్రియను స్టెమ్మింగ్ అంటారు.

టోకెనైజేషన్

టోకెనైజేషన్ అనేది టెక్స్ట్‌ను చిన్న యూనిట్‌లుగా విభజించే ప్రక్రియ. ఈ యూనిట్‌లు సాధారణంగా పదాలు, వాక్యాలు లేదా పారాగ్రాఫ్‌లుగా ఉంటాయి. టోకెనైజేషన్ యొక్క కొన్ని రకాలు:

పార్స్వరల్ టోకెనైజేషన్: ఈ రకమైన టోకెనైజేషన్ టెక్స్ట్‌ను పదాలు, వాక్యాలు మరియు పారాగ్రాఫ్‌లుగా విభజిస్తుంది.

లెక్సికల్ టోకెనైజేషన్: ఈ రకమైన టోకెనైజేషన్ టెక్స్ట్‌ను పదాలు మరియు వాక్యాలుగా విభజిస్తుంది.

అర్థవంతమైన టోకెనైజేషన్: ఈ రకమైన టోకెనైజేషన్ టెక్స్ట్ ను భావనలు మరియు వాక్యాలుగా విభజిస్తుంది.

స్టెమ్మింగ్

స్టెమ్మింగ్ అనేది టెక్స్ట్‌లోని పదాలను వాటి మూల రూపానికి సరిపోల్చడానికి చేసే ప్రక్రియ. ఉదాహరణకు, "చెట్లు", "చెట్టు", "చెట్ల" వంటి పదాలను "చెట్టు" అనే ఒకే మూల రూపానికి సరిపోల్చవచ్చు. స్టెమ్మింగ్‌కు అనేక రకాలు ఉన్నాయి, కానీ సాధారణంగా ఉపయోగించే రెండు రకాలు:

- అర్థవంతమైన స్టెమ్మింగ్: ఈ రకమైన స్టెమ్మింగ్ పదాల యొక్క అర్థాన్ని పరిగణనలోకి తీసుకుంటుంది.

- వ్యక్తిగత భాషా స్టెమ్మింగ్: ఈ రకమైన స్టెమ్మింగ్ నిర్దిష్ట భాష లేదా భాషా కుటుంబానికి సంబంధించిన పదాలను సరిపోల్చడానికి ఉపయోగించబడుతుంది.

నామమాత్రపు సంస్థ గుర్తింపు: వ్యక్తులు, ప్రదేశాలు మరియు వస్తువులను గుర్తించడం

పరిచయం

నామమాత్రపు సంస్థ గుర్తింపు అనేది టెక్స్ట్‌లోని నామమాత్రపు సంస్థలను గుర్తించే ప్రక్రియ. నామమాత్రపు సంస్థలు వ్యక్తులు, ప్రదేశాలు మరియు వస్తువులను సూచించే పదాలు లేదా పదబంధాలు. నామమాత్రపు సంస్థ గుర్తింపు అనేది టెక్స్ట్ ప్రాసెసింగ్‌లో ఒక ముఖ్యమైన దశ, ఇది వివిధ రకాల అనువర్తనాలలో ఉపయోగించబడుతుంది, వీటిలో క్రిందివి ఉన్నాయి:

సమాచార శోధన: నామమాత్రపు సంస్థ గుర్తింపును ఉపయోగించి, సమాచార శోధన వ్యవస్థలు వినియోగదారుల అభ్యర్థనలకు సంబంధించిన టెక్స్ట్‌ను కనుగొనవచ్చు.

భాషా అనువాదం: నామమాత్రపు సంస్థ గుర్తింపును ఉపయోగించి, భాషా అనువాద నమూనాలు టెక్స్ట్‌లోని నామమాత్రపు సంస్థలను సరిగ్గా అనువదించవచ్చు.

సమాచార శోధన: నామమాత్రపు సంస్థ గుర్తింపును ఉపయోగించి, సమాచార శోధన వ్యవస్థలు వినియోగదారుల అభ్యర్థనలకు సంబంధించిన టెక్స్ట్‌ను కనుగొనవచ్చు.

నామమాత్రపు సంస్థ గుర్తింపు యొక్క రకాలు

నామమాత్రపు సంస్థ గుర్తింపును రెండు ప్రధాన రకాలుగా విభజించవచ్చు:

- ఆధారిత నామమాత్రపు సంస్థ గుర్తింపు: ఈ రకమైన నామమాత్రపు సంస్థ గుర్తింపులో, నామమాత్రపు సంస్థలను గుర్తించడానికి ఒక నిర్దిష్ట భాషా నమూనాను ఉపయోగిస్తారు. ఈ నమూనా టెక్స్ట్‌లోని నామమాత్రపు సంస్థల యొక్క లక్షణాలను అధ్యయనం చేయడం ద్వారా ఏర్పడుతుంది.

- అన్ఆధారిత నామమాత్రపు సంస్థ గుర్తింపు: ఈ రకమైన నామమాత్రపు సంస్థ గుర్తింపులో, నామమాత్రపు సంస్థలను గుర్తించడానికి టెక్స్ట్‌లోని ఇతర సమాచారాన్ని ఉపయోగిస్తారు. ఈ సమాచారం టెక్స్ట్‌లోని భాషా నమూనాలు, వచనం యొక్క సందర్భం మరియు ఇతర కారకాలను కలిగి ఉంటుంది.

నామమాత్రపు సంస్థ గుర్తింపు యొక్క సవాళ్లు

నామమాత్రపు సంస్థ గుర్తింపు అనేది ఒక సవాలుతో కూడిన సమస్య. నామమాత్రపు సంస్థలు చాలా బహుముఖంగా ఉంటాయి మరియు అవి వివిధ రకాల రూపాలలో కనిపించవచ్చు.

డాక్యుమెంట్ ప్రాతినిధ్యం: టెక్స్టును లెక్కించే డేటాగా మార్చడం

పరిచయం

డాక్యుమెంట్ ప్రాతినిధ్యం అనేది టెక్స్ట్ డేటాను లెక్కించే డేటాగా మార్చే ప్రక్రియ. ఈ ప్రక్రియ టెక్స్ట్ డేటాను అర్థం చేసుకోవడానికి మరియు ప్రాసెస్ చేయడానికి కంప్యూటర్ లను అనుమతిస్తుంది.

డాక్యుమెంట్ ప్రాతినిధ్యం యొక్క రకాలు

డాక్యుమెంట్ ప్రాతినిధ్యాన్ని అనేక రకాలుగా చేయవచ్చు. కొన్ని సాధారణ రకాలు:

స్ట్రక్చర్డ్ డాక్యుమెంట్ ప్రాతినిధ్యం: ఈ రకమైన ప్రాతినిధ్యంలో, టెక్స్ట్ డేటాను ఒక నిర్దిష్ట నిర్మాణంలో ఉంచబడుతుంది. ఈ నిర్మాణం టెక్స్ట్ డేటా యొక్క వివిధ అంశాలను సూచించే కీలకపదాలు లేదా కోడ్‌ను ఉపయోగించవచ్చు.

అన్‌స్ట్రక్చర్డ్ డాక్యుమెంట్ ప్రాతినిధ్యం: ఈ రకమైన ప్రాతినిధ్యంలో, టెక్స్ట్ డేటాను ఏదైనా నిర్దిష్ట నిర్మాణంలో ఉంచబడదు. ఈ ప్రాతినిధ్యం టెక్స్ట్ డేటా యొక్క అర్థాన్ని గుర్తించడానికి మరింత సవాలుగా ఉంటుంది.

హైబ్రిడ్ డాక్యుమెంట్ ప్రాతినిధ్యం: ఈ రకమైన ప్రాతినిధ్యం స్ట్రక్చర్డ్ మరియు అన్‌స్ట్రక్చర్డ్ ప్రాతినిధ్యాలను ఉపయోగిస్తుంది.

డాక్యుమెంట్ ప్రాతినిధ్యం యొక్క ఉపయోగాలు

డాక్యుమెంట్ ప్రాతినిధ్యం వివిధ రకాల అనువర్తనాలలో ఉపయోగించబడుతుంది, వీటిలో క్రిందివి ఉన్నాయి:

- సమాచార శోధన: డాక్యుమెంట్ ప్రాతినిధ్యాన్ని ఉపయోగించి, సమాచార శోధన వ్యవస్థలు వినియోగదారుల అభ్యర్థనలకు సంబంధించిన టెక్స్టను కనుగొనవచ్చు.
- భాషా అనువాదం: డాక్యుమెంట్ ప్రాతినిధ్యాన్ని ఉపయోగించి, భాషా అనువాద నమూనాలు టెక్స్టలోని అర్థాన్ని సరిగ్గా అనువదించవచ్చు.
- సమాచార నిర్వహణ: డాక్యుమెంట్ ప్రాతినిధ్యాన్ని ఉపయోగించి, సమాచార నిర్వహణ వ్యవస్థలు టెక్స్ట డేటాను నిర్వహించవచ్చు మరియు అన్వేషించవచ్చు.

సమాచార పునరుద్ధరణ: గడ్డి గూంకలో సూదులను కనుగొనడం

పరిచయం

సమాచార పునరుద్ధరణ అనేది కోల్పోయిన లేదా నాశనమైన సమాచారాన్ని పునరుద్ధరించే ప్రక్రియ. ఇది ఒక సవాలుతో కూడిన సమస్య, ఎందుకంటే కోల్పోయిన సమాచారం చాలా బహుముఖంగా ఉంటుంది మరియు అది వివిధ రకాల రూపాలలో కనిపించవచ్చు.

సమాచార పునరుద్ధరణ యొక్క కొన్ని ఉదాహరణలు:

ఒక ప్రమాదంలో నాశనమైన డాక్యుమెంట్ల నుండి సమాచారాన్ని పునరుద్ధరించడం.

ఒక హ్యాక్‌లో నాశనమైన డేటాను పునరుద్ధరించడం.

పాత ఫోటోల నుండి నాశనమైన ముఖాలను పునరుద్ధరించడం.

గడ్డి గూంకలో సూదులను కనుగొనడం

గడ్డి గూంకలో సూదులను కనుగొనడం అనేది సమాచార పునరుద్ధరణ యొక్క సవాలుతో కూడిన ఉదాహరణ. గడ్డి గూంక అనేది ఒక పెద్ద మొత్తంలో గడ్డితో నిండిన ఒక నిర్మాణం. ఈ గడ్డిలో సూదులు చాలా చిన్నవి మరియు అవి గడ్డితో కప్పబడి ఉంటాయి. అందువల్ల, గడ్డి గూంకలో సూదులను కనుగొనడం చాలా కష్టం.

సమాచార పునరుద్ధరణలో, ఈ సవాలును అధిగమించడానికి అనేక విధానాలు ఉన్నాయి. ఒక పద్ధతి హ్యాండ్‌ఎయిడ్ సెర్చ్. ఈ పద్ధతిలో, మానవ శోధకులు గడ్డి గూంకను శోధించి సూదులను కనుగొంటారు. ఈ పద్ధతి చాలా సమయం తీసుకుంటుంది మరియు ఇది ఖరీదైనది.

మరొక పద్ధతి మెషిన్ లెర్నింగ్. ఈ పద్ధతిలో, మెషిన్ లెర్నింగ్ నమూనాలను ఉపయోగించి గడ్డి గూంకలో సూదులను గుర్తించడానికి ప్రయత్నిస్తారు. ఈ పద్ధతి హ్యాండ్‌ఎయిడ్ సెర్చ్ కంటే మరింత సమర్థవంతంగా ఉంటుంది, కానీ ఇది ఇప్పటికీ పరిపూర్ణంగా లేదు.

గడ్డి గూంకలో సూదులను కనుగొనడానికి మరింత సమర్థవంతమైన పద్ధతులను అభివృద్ధి చేయడానికి పరిశోధనలు జరుగుతున్నాయి. ఈ పరిశోధనలు కొత్త సాంకేతికతలను ఉపయోగించి, గడ్డి గూంకలో సూదులను చాలా వేగంగా మరియు సమర్థవంతంగా గుర్తించగలవు.

Chapter 3: Extracting the Essence: Uncovering Information with Text Mining Techniques

అధ్యాయం 3: సారాన్ని వెలికితీయడం: టెక్స్ట్ మైనింగ్ పద్ధతులతో సమాచారాన్ని బయటపెట్టడం

అభిప్రాయ విశ్లేషణ: టెక్స్ట్ నుండి భావాలు మరియు అభిప్రాయాలను డీకోడింగ్

పరిచయం

అభిప్రాయ విశ్లేషణ అనేది టెక్స్ట్ నుండి భావాలు మరియు అభిప్రాయాలను గుర్తించే ప్రక్రియ. ఇది భాషా ప్రాసెసింగ్ యొక్క ఒక శాఖ, ఇది వినియోగదారుల అభిప్రాయాలను అర్థం చేసుకోవడానికి మరియు విశ్లేషించడానికి ఉపయోగించబడుతుంది.

అభిప్రాయ విశ్లేషణ యొక్క కొన్ని ఉదాహరణలు:

ఉత్పత్తులు లేదా సేవల యొక్క వినియోగదారు సమీక్షలను విశ్లేషించడం.

సోషల్ మీడియాలోని ట్వీట్‌లు లేదా పోస్ట్‌ల నుండి భావాలను అర్థం చేసుకోవడం.

వార్తల వ్యాసాల నుండి సమాచారాన్ని గుర్తించడం.

అభిప్రాయ విశ్లేషణ యొక్క రకాలు

అభిప్రాయ విశ్లేషణను రెండు ప్రధాన రకాలుగా విభజించవచ్చు:

- క్వాలిటేటివ్ అభిప్రాయ విశ్లేషణ: ఈ రకమైన అభిప్రాయ విశ్లేషణలో, మానవ విశ్లేషకులు టెక్స్ట్‌ను జాగ్రత్తగా చదవడం ద్వారా భావాలు మరియు అభిప్రాయాలను గుర్తిస్తారు.
- క్వాంటిటేటివ్ అభిప్రాయ విశ్లేషణ: ఈ రకమైన అభిప్రాయ విశ్లేషణలో, మెషిన్ లెర్నింగ్ నమూనాలను ఉపయోగించి టెక్స్ట్ నుండి భావాలు మరియు అభిప్రాయాలను గుర్తిస్తారు.

అభిప్రాయ విశ్లేషణలో సవాళ్లు

అభిప్రాయ విశ్లేషణ అనేది ఒక సవాలుతో కూడిన సమస్య. టెక్స్ట్ చాలా బహుముఖంగా ఉంటుంది మరియు అది వివిధ రకాల రూపాలలో కనిపించవచ్చు. అందువల్ల, అభిప్రాయ విశ్లేషణా నమూనాలు ఖచ్చితమైన ఫలితాలను అందించడానికి కష్టపడతాయి.

అభిప్రాయ విశ్లేషణలోని కొన్ని సాధారణ సవాళ్లు:

- పదజాలం: టెక్స్ట్‌లోని పదాలు భిన్నమైన అర్థాలను కలిగి ఉండవచ్చు. ఉదాహరణకు, "మంచి" అనే పదం ఒక ఉత్పత్తి యొక్క నాణ్యతను సూచించవచ్చు లేదా ఒక వ్యక్తి యొక్క మానసిక స్థితిని సూచించవచ్చు.

టాపిక్ మోడలింగ్: దాచిన థీమ్‌లు మరియు క్లస్టర్‌లను కనుగొనడం

పరిచయం

టాపిక్ మోడలింగ్ అనేది టెక్స్ట్ డేటాలోని దాచిన థీమ్‌లు మరియు క్లస్టర్‌లను కనుగొనే ప్రక్రియ. ఇది భాషా ప్రాసెసింగ్ యొక్క ఒక శాఖ, ఇది టెక్స్ట్ డేటాను అర్థం చేసుకోవడానికి మరియు విశ్లేషించడానికి ఉపయోగించబడుతుంది.

టాపిక్ మోడలింగ్ యొక్క కొన్ని ఉదాహరణలు:

వార్తల వ్యాసాల నుండి ముఖ్యమైన అంశాలను గుర్తించడం.

సోషల్ మీడియాలోని ట్వీట్లు లేదా పోస్ట్‌ల నుండి ట్రెండ్‌లను గుర్తించడం.

పుస్తకాలు లేదా కథనాల యొక్క ముఖ్యమైన భాగాలను సారాంశం చేయడం.

టాపిక్ మోడలింగ్ యొక్క ప్రాథమిక ఆలోచన

టాపిక్ మోడలింగ్ యొక్క ప్రాథమిక ఆలోచన ఏమిటంటే, టెక్స్ట్ డేటాలోని టెక్స్ట్ యొక్క భాషా నమూనాలు టాపిక్‌ల గురించి సమాచారాన్ని కలిగి ఉంటాయి. టాపిక్ అనేది ఒక సమితి యొక్క టెక్స్ట్ యొక్క భాషా నమూనాలను పంచుకునే వ్యక్తులు లేదా విషయాల గురించి ఒక సాధారణ భావన.

ఉదాహరణకు, ఒక వార్తల వ్యాసంలో, "రాజకీయాలు", "ఆర్థికం" మరియు "విద్య" వంటి టాపిక్‌ల గురించి సమాచారం

ఉండవచ్చు. ఈ టాపిక్లను గుర్తించడానికి, టాపిక్ మోడలింగ్ నమూనా టెక్స్ట్ యొక్క భాషా నమూనాలను విశ్లేషిస్తుంది.

టాపిక్ మోడలింగ్ యొక్క రకాలు

టాపిక్ మోడలింగ్ను రెండు ప్రధాన రకాలుగా విభజించవచ్చు:

- బేసిక్ టాపిక్ మోడలింగ్: ఈ రకమైన టాపిక్ మోడలింగ్లో, టాపిక్లను టెక్స్ట్ యొక్క భాషా నమూనాల ఆధారంగా గుర్తించడానికి ఒక గణిత నమూనాను ఉపయోగిస్తారు.
- అడ్వాన్స్డ్ టాపిక్ మోడలింగ్: ఈ రకమైన టాపిక్ మోడలింగ్లో, టాపిక్లను టెక్స్ట్ యొక్క భాషా నమూనాలతో పాటు ఇతర అంశాల ఆధారంగా గుర్తించడానికి ఒక గణిత నమూనాను ఉపయోగిస్తారు.

కీలక పదాల ఎక్స్‌ట్రాక్షన్: కీలకమైన భావనలు మరియు ధోరణులను గుర్తించడం

పరిచయం

కీలక పదాల ఎక్స్‌ట్రాక్షన్ అనేది టెక్స్ట్ డేటా నుండి కీలకమైన పదాలు లేదా పదబంధాలను గుర్తించే ప్రక్రియ. ఇది భాషా ప్రాసెసింగ్ యొక్క ఒక శాఖ, ఇది టెక్స్ట్ డేటాను అర్థం చేసుకోవడానికి మరియు విశ్లేషించడానికి ఉపయోగించబడుతుంది.

కీలక పదాల ఎక్స్‌ట్రాక్షన్ యొక్క కొన్ని ఉదాహరణలు:

ఒక పుస్తకం లేదా కథనం యొక్క సారాంశాన్ని రూపొందించడం.

ఒక వ్యాపారం లేదా సంస్థ యొక్క ముఖ్యమైన భావనలను గుర్తించడం.

ఒక పరిశోధన అధ్యయనం యొక్క ముఖ్యమైన ఫలితాలను గుర్తించడం.

కీలక పదాల ఎక్స్‌ట్రాక్షన్ యొక్క ప్రాథమిక ఆలోచన

కీలక పదాల ఎక్స్‌ట్రాక్షన్ యొక్క ప్రాథమిక ఆలోచన ఏమిటంటే, టెక్స్ట్ డేటాలోని కీలక పదాలు మరియు పదబంధాలు టెక్స్ట్ యొక్క ప్రధాన భావనలు మరియు ధోరణులను ప్రతిబింబిస్తాయి. కీలక పదాలను గుర్తించడానికి, కీలక పదాల ఎక్స్‌ట్రాక్షన్ నమూనాలు టెక్స్ట్ యొక్క భాషా నమూనాలను విశ్లేషిస్తాయి.

కీలక పదాల ఎక్స్‌ట్రాక్షన్ యొక్క రకాలు

కీలక పదాల ఎక్స్‌ట్రాక్షన్‌ను రెండు ప్రధాన రకాలుగా విభజించవచ్చు:

- మానవ-ఆధారిత కీలక పదాల ఎక్స్‌ట్రాక్షన్: ఈ రకమైన కీలక పదాల ఎక్స్‌ట్రాక్షన్‌లో, మానవ విశ్లేషకులు టెక్స్ట్‌ను జాగ్రత్తగా చదవడం ద్వారా కీలక పదాలు మరియు పదబంధాలను గుర్తిస్తారు.

- మెషిన్ లెర్నింగ్-ఆధారిత కీలక పదాల ఎక్స్‌ట్రాక్షన్: ఈ రకమైన కీలక పదాల ఎక్స్‌ట్రాక్షన్‌లో, మెషిన్ లెర్నింగ్ నమూనాలు టెక్స్ట్ యొక్క భాషా నమూనాల ఆధారంగా కీలక పదాలు మరియు పదబంధాలను గుర్తిస్తాయి.

కీలక పదాల ఎక్స్‌ట్రాక్షన్‌లో సవాళ్లు

కీలక పదాల ఎక్స్‌ట్రాక్షన్ అనేది ఒక సవాలుతో కూడిన సమస్య. టెక్స్ట్ చాలా బహుముఖంగా ఉంటుంది మరియు అది వివిధ రకాల రూపాలలో కనిపించవచ్చు.

టెక్స్ట్ సంగ్రహణ: అర్థాన్ని సంగ్రహించడం మరియు సమయాన్ని ఆదా చేయడం

పరిచయం

టెక్స్ట్ సంగ్రహణ అనేది ఒక పెద్ద టెక్స్ట్ డేటాసెట్ నుండి ఒక సంక్షిప్తమైన మరియు సమాచారపూర్వక సారాంశాన్ని రూపొందించే ప్రక్రియ. ఇది భాషా ప్రాసెసింగ్ యొక్క ఒక శాఖ, ఇది టెక్స్ట్ డేటాను అర్థం చేసుకోవడానికి మరియు విశ్లేషించడానికి ఉపయోగించబడుతుంది.

టెక్స్ట్ సంగ్రహణ యొక్క కొన్ని ఉదాహరణలు:

ఒక పుస్తకం లేదా కథనం యొక్క సారాంశాన్ని రూపొందించడం.

ఒక వార్తల వ్యాసాల సమితి యొక్క సారాంశాన్ని రూపొందించడం.

ఒక పరిశోధన అధ్యయనం యొక్క సారాంశాన్ని రూపొందించడం.

టెక్స్ట్ సంగ్రహణ యొక్క ప్రయోజనాలు

టెక్స్ట్ సంగ్రహణ అనేక ప్రయోజనాలను కలిగి ఉంది:

ఇది పెద్ద మొత్తంలో టెక్స్ట్ డేటాను త్వరగా మరియు సులభంగా అర్థం చేసుకోవడానికి సహాయపడుతుంది.

ఇది వినియోగదారులకు సమాచారాన్ని త్వరగా మరియు సమర్థవంతంగా యాక్సెస్ చేయడంలో సహాయపడుతుంది.

- ఇది సమయాన్ని మరియు వనరులను ఆదా చేయడంలో సహాయపడుతుంది.

టెక్స్ట్ సంగ్రహణ యొక్క రకాలు

టెక్స్ట్ సంగ్రహణను రెండు ప్రధాన రకాలుగా విభజించవచ్చు:

- సారాంశం: ఈ రకమైన సంగ్రహణలో, టెక్స్ట్ యొక్క ప్రధాన భావనలు మరియు ధోరణులను సంగ్రహించడానికి ప్రయత్నిస్తారు.
- సమాచార సారాంశం: ఈ రకమైన సంగ్రహణలో, టెక్స్ట్ యొక్క అన్ని ముఖ్యమైన సమాచారాన్ని సంగ్రహించడానికి ప్రయత్నిస్తారు.

టెక్స్ట్ సంగ్రహణ నమూనాలు

టెక్స్ట్ సంగ్రహణను రూపొందించడానికి అనేక రకాల నమూనాలు ఉన్నాయి. ఈ నమూనాలు టెక్స్ట్ యొక్క భాషా నమూనాలను విశ్లేషించడం ద్వారా పనిచేస్తాయి.

కొన్ని సాధారణ టెక్స్ట్ సంగ్రహణ నమూనాలు:

- మానవ-ఆధారిత టెక్స్ట్ సంగ్రహణ: ఈ రకమైన సంగ్రహణలో, మానవ విశ్లేషకులు టెక్స్ట్‌ను జాగ్రత్తగా చదవడం ద్వారా సారాంశాన్ని రూపొందిస్తారు.

సోషల్ మీడియా మైనింగ్: సంభాషణలను విశ్లేషించడం మరియు ప్రజా అభిప్రాయాన్ని అర్థం చేసుకోవడం

పరిచయం

సోషల్ మీడియా మైనింగ్ అనేది సోషల్ మీడియా డేటా నుండి సమాచారాన్ని సేకరించడం మరియు విశ్లేషించడం. ఇది భాషా ప్రాసెసింగ్ యొక్క ఒక శాఖ, ఇది సోషల్ మీడియా డేటాను అర్థం చేసుకోవడానికి మరియు విశ్లేషించడానికి ఉపయోగించబడుతుంది.

సోషల్ మీడియా మైనింగ్ యొక్క కొన్ని ఉదాహరణలు:

ట్విట్టర్ లేదా ఫేస్‌బుక్ వంటి సోషల్ మీడియా వేదికలలోని ట్వీట్‌లు లేదా పోస్ట్‌ల నుండి భావాలను గుర్తించడం.

ఒక ఉత్పత్తి లేదా సేవ గురించి ప్రజా అభిప్రాయాన్ని అర్థం చేసుకోవడానికి ఉపయోగించే రివ్యూలను విశ్లేషించడం.

ఒక సంఘటన లేదా విషయం గురించి ప్రజా అభిప్రాయాన్ని అర్థం చేసుకోవడానికి ఉపయోగించే వార్తల కథనాలను విశ్లేషించడం.

సోషల్ మీడియా మైనింగ్ యొక్క ప్రయోజనాలు

సోషల్ మీడియా మైనింగ్ అనేక ప్రయోజనాలను కలిగి ఉంది:

ఇది పెద్ద మొత్తంలో సోషల్ మీడియా డేటాను త్వరగా మరియు సులభంగా అర్థం చేసుకోవడానికి సహాయపడుతుంది.

- ఇది సంభాషణల యొక్క ధోరణులను గుర్తించడంలో సహాయపడుతుంది.
- ఇది ప్రజా అభిప్రాయాన్ని అర్థం చేసుకోవడంలో సహాయపడుతుంది.

సోషల్ మీడియా మైనింగ్ నమూనాలు

సోషల్ మీడియా డేటాను విశ్లేషించడానికి అనేక రకాల నమూనాలు ఉన్నాయి. ఈ నమూనాలు సాధారణంగా భాషా ప్రాసెసింగ్, గణితం మరియు కంప్యూటర్ సైన్స్ యొక్క సూత్రాలను ఉపయోగిస్తాయి.

కొన్ని సాధారణ సోషల్ మీడియా మైనింగ్ నమూనాలు:

- కీలక పదాల విశ్లేషణ: ఈ నమూనాలు టెక్స్ట్ డేటా నుండి కీలక పదాలు మరియు పదబంధాలను గుర్తిస్తాయి.
- భావోద్వేగ విశ్లేషణ: ఈ నమూనాలు టెక్స్ట్ డేటా యొక్క భావోద్వేగాలను గుర్తిస్తాయి.
- కూడికరణ: ఈ నమూనాలు టెక్స్ట్ డేటాను సంఖ్యల సమితికి మార్చడానికి ఉపయోగిస్తారు.

Chapter 4: Language as Code: The Fundamentals of Natural Language Processing

అధ్యాయం 4: కోడ్‌గా భాష: నేచురల్ లాంగ్వేజ్ ప్రాసెసింగ్ యొక్క ప్రాథమిక అంశాలు

వాక్య నిర్మాణ విశ్లేషణ: భాష యొక్క వ్యాకరణాన్ని డీకోడింగ్ చేయడం

పరిచయం

వాక్య నిర్మాణ విశ్లేషణ అనేది వాక్యాల యొక్క నిర్మాణాన్ని అర్థం చేసుకోవడానికి మరియు విశ్లేషించడానికి ఉపయోగించే భాషా ప్రాసెసింగ్ యొక్క ఒక పద్ధతి. ఇది భాష యొక్క వ్యాకరణాన్ని అర్థం చేసుకోవడానికి మరియు విశ్లేషించడానికి సహాయపడుతుంది.

వాక్య నిర్మాణ విశ్లేషణ యొక్క కొన్ని ఉదాహరణలు:

"ఆ పుస్తకం చాలా ఆసక్తికరంగా ఉంది." అనే వాక్యాన్ని విశ్లేషించడం ద్వారా, మేము ఈ క్రింది విషయాలను తెలుసుకోవచ్చు:

వాక్యం ఒక సమాచార వాక్యం.

వాక్యంలో ఒక నామవాచకం (పుస్తకం), ఒక విశేషణం (ఆసక్తికరంగా), మరియు ఒక కార్మకం (ఉంది) ఉన్నాయి.

- నామవాచకం "పుస్తకం" వాక్యంలోని క్రియ "ఉంది" యొక్క ఉద్దేశ్యం.
- విశేషణం "ఆసక్తికరంగా" నామవాచకం "పుస్తకం" యొక్క విశేషణం.

- "నేను ఈరోజు స్కూల్కు వెళ్ళలేను." అనే వాక్యాన్ని విశ్లేషించడం ద్వారా, మేము ఈ క్రింది విషయాలను తెలుసుకోవచ్చు:

- వాక్యం ఒక నిరాకరణ వాక్యం.
- వాక్యంలో ఒక వ్యక్తిగత ఉపమానం (నేను), ఒక పదబంధం (ఈరోజు), ఒక పదబంధం (స్కూల్కు), మరియు ఒక కార్మకం (వెళ్ళలేను) ఉన్నాయి.
- వ్యక్తిగత ఉపమానం "నేను" కార్మకం "వెళ్ళలేను" యొక్క ఉద్దేశ్యం.
- పదబంధం "ఈరోజు" కార్మకం "వెళ్ళలేను" యొక్క వివరణ.
- పదబంధం "స్కూల్కు" కార్మకం "వెళ్ళలేను" యొక్క గమ్యం.

వాక్య నిర్మాణ విశ్లేషణ యొక్క ప్రయోజనాలు

వాక్య నిర్మాణ విశ్లేషణ అనేక ప్రయోజనాలను కలిగి ఉంది:

- ఇది భాష యొక్క వ్యాకరణాన్ని అర్థం చేసుకోవడానికి మరియు విశ్లేషించడానికి సహాయపడుతుంది.
- ఇది భాషా నమూనాలను అభివృద్ధి చేయడానికి సహాయపడుతుంది.
- ఇది టెక్స్ట్-ఆధారిత అనువర్తనాలను అభివృద్ధి చేయడానికి సహాయపడుతుంది.

వాక్య నిర్మాణ విశ్లేషణ: భాష యొక్క వ్యాకరణాన్ని డీకోడింగ్ చేయడం

పరిచయం

వాక్య నిర్మాణ విశ్లేషణ అనేది వాక్యాల యొక్క నిర్మాణాన్ని అర్థం చేసుకోవడానికి మరియు విశ్లేషించడానికి ఉపయోగించే భాషా ప్రాసెసింగ్ యొక్క ఒక పద్ధతి. ఇది భాష యొక్క వ్యాకరణాన్ని అర్థం చేసుకోవడానికి మరియు విశ్లేషించడానికి సహాయపడుతుంది.

వాక్య నిర్మాణ విశ్లేషణ యొక్క కొన్ని ఉదాహరణలు:

- "ఆ పుస్తకం చాలా ఆసక్తికరంగా ఉంది." అనే వాక్యాన్ని విశ్లేషించడం ద్వారా, మేము ఈ క్రింది విషయాలను తెలుసుకోవచ్చు:
  - వాక్యం ఒక సమాచార వాక్యం.
  - వాక్యంలో ఒక నామవాచకం (పుస్తకం), ఒక విశేషణం (ఆసక్తికరంగా), మరియు ఒక కార్మకం (ఉంది) ఉన్నాయి.
  - నామవాచకం "పుస్తకం" వాక్యంలోని క్రియ "ఉంది" యొక్క ఉద్దేశ్యం.
  - విశేషణం "ఆసక్తికరంగా" నామవాచకం "పుస్తకం" యొక్క విశేషణం.
- "నేను ఈరోజు స్కూల్‌కు వెళ్ళలేను." అనే వాక్యాన్ని విశ్లేషించడం ద్వారా, మేము ఈ క్రింది విషయాలను తెలుసుకోవచ్చు:
  - వాక్యం ఒక నిరాకరణ వాక్యం.

వాక్యంలో ఒక వ్యక్తిగత ఉపమానం (నేను), ఒక పదబంధం (ఈరోజు), ఒక పదబంధం (స్కూల్‌కు), మరియు ఒక కార్మకం (వెళ్ళలేను) ఉన్నాయి.

వ్యక్తిగత ఉపమానం "నేను" కార్మకం "వెళ్ళలేను" యొక్క ఉద్దేశ్యం.

పదబంధం "ఈరోజు" కార్మకం "వెళ్ళలేను" యొక్క వివరణ.

పదబంధం "స్కూల్‌కు" కార్మకం "వెళ్ళలేను" యొక్క గమ్యం.

వాక్య నిర్మాణ విశ్లేషణ యొక్క ప్రయోజనాలు

వాక్య నిర్మాణ విశ్లేషణ అనేక ప్రయోజనాలను కలిగి ఉంది:

ఇది భాష యొక్కక వ్యాకరణాన్ని అర్థం చేసుకోవడానికి మరియు విశ్లేషించడానికి సహాయపడుతుంది.

ఇది భాషా నమూనాలను అభివృద్ధి చేయడానికి సహాయపడుతుంది.

ఇది టెక్స్ట్-ఆధారిత అనువర్తనాలను అభివృద్ధి చేయడానికి సహాయపడుతుంది.

సహజ భాషా ఉత్పత్తి: డేటాను టెక్స్ట్‌గా మార్చడం

పరిచయం

సహజ భాషా ఉత్పత్తి (NLP) అనేది కంప్యూటర్లను మానవుల మాదిరిగానే టెక్స్ట్‌ను రూపొందించడానికి ఉపయోగించే భాషా ప్రాసెసింగ్ యొక్క ఒక శాఖ. ఇది టెక్స్ట్‌ను రాయడం, అనువదించడం, సృష్టించడం మరియు మార్చడం వంటి విధులను చేయడానికి ఉపయోగించవచ్చు.

సహజ భాషా ఉత్పత్తి యొక్క కొన్ని ఉదాహరణలు:

- ఒక కంప్యూటర్ ప్రోగ్రామ్ ఒక కథను రాయడం.
- ఒక అనువాద యంత్రం ఒక భాష నుండి మరొక భాషకు టెక్స్ట్‌ను అనువదించడం.
- ఒక స్పీచ్ సింథసైజర్ ఒక వ్యక్తి మాదిరిగానే టెక్స్ట్‌ను మాట్లాడటం.

సహజ భాషా ఉత్పత్తి యొక్క ప్రయోజనాలు

సహజ భాషా ఉత్పత్తి అనేక ప్రయోజనాలను కలిగి ఉంది:

- ఇది టెక్స్ట్-ఆధారిత అనువర్తనాలను అభివృద్ధి చేయడానికి సహాయపడుతుంది.
- ఇది మానవులకు టెక్స్ట్‌ను అర్థం చేసుకోవడానికి మరియు ఉపయోగించడానికి సులభతరం చేస్తుంది.
- ఇది కొత్త రకాల టెక్స్ట్ కంటెంట్‌ను సృష్టించడానికి సహాయపడుతుంది.

సహజ భాషా ఉత్పత్తి నమూనాలు

సహజ భాషా ఉత్పత్తి కోసం అనేక రకాల నమూనాలు ఉన్నాయి. ఈ నమూనాలు సాధారణంగా భాషా ప్రాసెసింగ్, గణితం మరియు కంప్యూటర్ సైన్స్ యొక్క సూత్రాలను ఉపయోగిస్తాయి.

కొన్ని సాధారణ సహజ భాషా ఉత్పత్తి నమూనాలు:

ఆర్టిఫిషియల్ న్యూరల్ నెట్‌వర్క్‌లు: ఈ నమూనాలు మానవ మెదడు యొక్క పనితీరును అనుకరించే న్యూరల్ నెట్‌వర్క్‌లను ఉపయోగిస్తాయి.

స్టాటిస్టికల్ మోడల్‌లు: ఈ నమూనాలు టెక్స్ట్ డేటా యొక్క శాస్త్రీయ లక్షణాలను ఉపయోగిస్తాయి.

గేమ్ థియరీ: ఈ నమూనాలు భాషను ఒక ఆటగా పరిగణించి, ఆటను గెలుచుకోవడానికి ఉత్తమమైన శాతాన్ని కనుగొనడానికి ప్రయత్నిస్తాయి.

యంత్ర అనువాదం: భాషల మధ్య అంతరాన్ని దాటడం

పరిచయం

యంత్ర అనువాదం (MT) అనేది కంప్యూటర్‌లను ఒక భాష నుండి మరొక భాషకు టెక్స్ట్‌ను అనువదించడానికి ఉపయోగించే భాషా ప్రాసెసింగ్ యొక్క ఒక శాఖ. ఇది భాషల మధ్య అంతరాన్ని దాటడానికి మరియు మానవులకు వివిధ భాషలలో సమాచారాన్ని అందుబాటులో ఉంచడానికి సహాయపడుతుంది.

యంత్ర అనువాదం యొక్క కొన్ని ఉదాహరణలు:

- ఒక వ్యక్తి ఒక ఇంగ్లీష్ వెబ్‌సైట్‌ను స్పానిష్‌లో చదవడం.
- ఒక టూరిస్ట్ ఒక ఫ్రెంచ్ భాషా దేశంలో ఒక ట్యాక్సీని ఆర్డర్ చేయడం.
- ఒక వ్యాపార సంస్థ అంతర్జాతీయ మార్కెట్‌లో వ్యాపారం చేయడం.

యంత్ర అనువాదం యొక్క ప్రయోజనాలు

యంత్ర అనువాదం అనేక ప్రయోజనాలను కలిగి ఉంది:

- ఇది భాషల మధ్య అంతరాన్ని తగ్గిస్తుంది.
- ఇది మానవులకు వివిధ భాషలలో సమాచారాన్ని అందుబాటులో ఉంచుతుంది.
- ఇది అంతర్జాతీయ వ్యాపారం మరియు సంస్కృతి మార్పిడిని ప్రోత్సహిస్తుంది.

యంత్ర అనువాదం యొక్క సవాళ్లు

యంత్ర అనువాదం అనేది ఒక సవాలుతో కూడిన సమస్య. భాషలు చాలా సంక్లిష్టంగా ఉంటాయి మరియు వాటిని అర్థం చేసుకోవడానికి మరియు అనువదించడానికి కంప్యూటర్లకు ఇంకా కష్టంగా ఉంటుంది.

యంత్ర అనువాదం యొక్క కొన్ని సాధారణ సవాళ్లు:

భాషా నిర్మాణాలు: వివిధ భాషలలో భాషా నిర్మాణాలు చాలా భిన్నంగా ఉంటాయి. ఉదాహరణకు, ఇంగ్లీష్ లో, క్రియ యొక్క స్థానం వాక్యంలో చాలా ముఖ్యం. స్పానిష్ లో, క్రియ సాధారణంగా వాక్యం చివరలో ఉంటుంది.

అర్థం: భాష యొక్క అర్థం చాలా క్లిష్టంగా ఉంటుంది మరియు దానిని కంప్యూటర్లకు అర్థం చేసుకోవడం కష్టం. ఉదాహరణకు, ఒక మాట యొక్క అర్థం వాక్యంలో దాని స్థానం మరియు ఇతర పదాలతో దాని సంబంధంపై ఆధారపడి ఉంటుంది.

సంస్కృతి: భాషలు ఒక సంస్కృతిని ప్రతిబింబిస్తాయి. ఉదాహరణకు, ఇంగ్లీష్ లో, "I'm fine" అనేది సాధారణంగా ఒక వ్యక్తి మంచిగా ఉన్నట్లు అర్థం. స్పానిష్ లో, "Estoy bien" అనేది సాధారణంగా ఒక వ్యక్తి ఆరోగ్యంగా ఉన్నట్లు అర్థం.

NLP కోసం లోతైన లెర్నింగ్: న్యూరల్ నెట్‌వర్క్‌ల శక్తిని విప్పడం

పరిచయం

లోతైన నేర్చుకోవడం (DL) అనేది కంప్యూటర్ సైన్స్ యొక్క ఒక శాఖ, ఇది భారీ మొత్తంలో డేటా నుండి నేర్చుకోవడానికి కంప్యూటర్‌లను ఉపయోగిస్తుంది. ఇది NLP లేదా సహజ భాషా ప్రాసెసింగ్‌లో అనేక విధాలుగా ఉపయోగించబడుతుంది.

NLP కోసం DL యొక్క ప్రయోజనాలు

DL అనేక మార్గాల్లో NLP కోసం ప్రయోజనకరంగా ఉంటుంది. ఇది:

- సామర్థ్యాన్ని పెంచుతుంది: DL నమూనాలు పాత పద్ధతుల కంటే చాలా శక్తివంతంగా ఉంటాయి మరియు చాలా మంచి ఫలితాలను అందిస్తాయి.
- సామర్థ్యాన్ని పెంచుతుంది: DL నమూనాలు కొత్త సమస్యలను పరిష్కరించడానికి సహాయపడతాయి, ఇవి పాత పద్ధతుల కోసం కష్టమైనవి లేదా అసాధ్యమైనవి.
- సామర్థ్యాన్ని పెంచుతుంది: DL నమూనాలు మానవులకు మరింత సహజమైన మరియు సహజమైన భాషా ప్రాసెసింగ్‌ను అనుమతిస్తాయి.

NLP కోసం DL యొక్క ఉదాహరణలు

DL అనేక రకాల NLP అనువర్తనాలలో ఉపయోగించబడుతుంది. కొన్ని ఉదాహరణలు:

భాష అనువాదం: DL నమూనాలు భాషల మధ్య మరింత ఖచ్చితమైన మరియు సహజమైన అనువాదాలను అందించడానికి ఉపయోగించబడతాయి.

భాషా గుర్తింపు: DL నమూనాలు మానవ భాషను గుర్తించడానికి మరియు అర్థం చేసుకోవడానికి ఉపయోగించబడతాయి.

భాషా విశ్లేషణ: DL నమూనాలు భాషా నమూనాలను గుర్తించడానికి మరియు అర్థం చేసుకోవడానికి ఉపయోగించబడతాయి.

భాషా ఉత్పత్తి: DL నమూనాలు మానవుల మాదిరిగానే భాషను ఉత్పత్తి చేయడానికి ఉపయోగించబడతాయి.

NLP కోసం DL యొక్క భవిష్యత్

DL NLP కోసం ఒక శక్తివంతమైన సాధనంగా మారింది మరియు దాని ప్రభావం భవిష్యత్తులో కొనసాగుతుందని భావిస్తున్నారు. DL నమూనాలు మరింత శక్తివంతంగా మరియు సామర్థ్యవంతంగా మారతాయి, తద్వారా NLP అనువర్తనాలు మరింత ఖచ్చితమైన, సహజమైన మరియు ఉపయోగకరంగా ఉంటాయి.

Chapter 5: Unlocking the Potential: NLP Applications in the Real World

అధ్యాయం 5: సామర్థ్యాన్ని అన్‌లాక్ చేయడం: నిజ ప్రపంచంలో NLP అనువర్తనాలు

చాట్‌బాట్‌లు మరియు వర్చువల్ సహాయకులు: కస్టమర్ సేవ మరియు మరిన్నింటి కోసం సంభాషణా ఏజెంట్లు

పరిచయం

చాట్‌బాట్‌లు మరియు వర్చువల్ సహాయకులు అనేవి కంప్యూటర్ ప్రోగ్రామ్‌లు, ఇవి మానవులతో సంభాషించడానికి రూపొందించబడ్డాయి. అవి సాధారణంగా టెక్స్ట్ మరియు కొన్నిసార్లు వీడియో ద్వారా సంభాషిస్తాయి. చాట్‌బాట్‌లు మరియు వర్చువల్ సహాయకులను వివిధ ప్రయోజనాల కోసం ఉపయోగించవచ్చు, వీటిలో కస్టమర్ సేవ, వినియోగదారు మద్దతు మరియు సమాచార అందించడం ఉన్నాయి.

చాట్‌బాట్‌లు

చాట్‌బాట్‌లు అనేవి ప్రశ్నలకు సమాధానం ఇవ్వడానికి లేదా విధులను పూర్తి చేయడానికి రూపొందించబడిన కంప్యూటర్ ప్రోగ్రామ్‌లు. అవి సాధారణంగా టెక్స్ట్ ద్వారా సంభాషిస్తాయి మరియు మానవుల మాదిరిగానే మాట్లాడటానికి మరియు ప్రవర్తించడానికి రూపొందించబడ్డాయి. చాట్‌బాట్

లను వివిధ ప్రయోజనాల కోసం ఉపయోగించవచ్చు, వీటిలో కస్టమర్ సేవ, వినియోగదారు మద్దతు, సమాచార అందించడం మరియు వినోదం ఉన్నాయి.

వర్చువల్ సహాయకులు

వర్చువల్ సహాయకులు అనేవి మరింత సమగ్రమైన కంప్యూటర్ ప్రోగ్రామ్‌లు, ఇవి మానవులతో సంభాషించడానికి మరియు వివిధ పనులను పూర్తి చేయడానికి రూపొందించబడ్డాయి. అవి సాధారణంగా టెక్స్ట్ మరియు వీడియో ద్వారా సంభాషిస్తాయి మరియు మానవుల మాదిరిగానే మాట్లాడటానికి, ప్రవర్తించడానికి మరియు ఆలోచించడానికి రూపొందించబడ్డాయి. వర్చువల్ సహాయకులను వివిధ ప్రయోజనాల కోసం ఉపయోగించవచ్చు, వీటిలో కస్టమర్ సేవ, వినియోగదారు మద్దతు, సమాచార అందించడం, వినోదం మరియు వ్యక్తిగత సహాయం ఉన్నాయి.

చాట్‌బాట్లు మరియు వర్చువల్ సహాయకుల ప్రయోజనాలు

చాట్‌బాట్లు మరియు వర్చువల్ సహాయకులకు అనేక ప్రయోజనాలు ఉన్నాయి. వాటిలో కొన్ని:

కస్టమర్ సేవను మెరుగుపరచండి: చాట్‌బాట్లు మరియు వర్చువల్ సహాయకులు 24/7 కస్టమర్ సేవను అందించవచ్చు, ఇది కస్టమర్ల కోసం మరింత సౌకర్యవంతంగా మరియు సమర్థవంతంగా ఉంటుంది.

యాక్షన్‌లో యంత్ర అనువాదం: భాషా అడ్డంకులను విచ్ఛిన్నం చేయడం

పరిచయం

యంత్ర అనువాదం (MT) అనేది కంప్యూటర్‌లను ఒక భాష నుండి మరొక భాషకు టెక్స్ట్‌ను అనువదించడానికి ఉపయోగించే భాషా ప్రాసెసింగ్ యొక్క ఒక శాఖ. ఇది భాషల మధ్య అంతరాన్ని దాటడానికి మరియు మానవులకు వివిధ భాషలలో సమాచారాన్ని అందుబాటులో ఉంచడానికి సహాయపడుతుంది.

యాక్షన్‌లో యంత్ర అనువాదం

యంత్ర అనువాదం ఇప్పటికే వివిధ రంగాలలో ఉపయోగించబడుతోంది. కొన్ని ఉదాహరణలు:

- కస్టమర్ సేవ: అనేక కంపెనీలు తమ కస్టమర్‌లకు 24/7 కస్టమర్ సేవను అందించడానికి యంత్ర అనువాదాన్ని ఉపయోగిస్తున్నాయి. యంత్ర అనువాద చాట్‌బాట్‌లు వివిధ భాషలలో ప్రశ్నలకు సమాధానం ఇవ్వగలవు, ఇది కస్టమర్ లకు మరింత సౌకర్యవంతంగా మరియు సమర్థవంతంగా సహాయం పొందడానికి అనుమతిస్తుంది.
- విద్య: అనేక విశ్వవిద్యాలయాలు మరియు కళాశాలలు విద్యార్థులకు వివిధ భాషలలో విద్యను అందించడానికి యంత్ర అనువాదాన్ని ఉపయోగిస్తున్నాయి. యంత్ర అనువాద ట్యుటోరియల్‌లు మరియు పాఠ్యాంశాలు విద్యార్థులకు వారి స్వంత భాషలో అధ్యయనం చేయడానికి అనుమతిస్తాయి.

వ్యాపారం: అనేక సంస్థలు అంతర్జాతీయ వ్యాపారాన్ని విస్తరించడానికి యంత్ర అనువాదాన్ని ఉపయోగిస్తున్నాయి. యంత్ర అనువాద డొమైన్‌లు మరియు మార్కెటింగ్ పదార్థాలు సంస్థలకు వివిధ భాషలలో తమ ఉత్పత్తులు మరియు సేవలను ప్రచారం చేయడానికి అనుమతిస్తాయి.

భాషా అడ్డంకులను విచ్ఛిన్నం చేయడం

యంత్ర అనువాదం భాషా అడ్డంకులను విచ్ఛిన్నం చేయడంలో సహాయపడుతుంది. ఇది వివిధ భాషలను మాట్లాడే వ్యక్తుల మధ్య సంభాషణను సులభతరం చేస్తుంది మరియు మానవులకు వివిధ భాషలలో సమాచారాన్ని అందుబాటులో ఉంచుతుంది.

భవిష్యత్తు

యంత్ర అనువాదం భవిష్యత్తులో మరింత మెరుగుపడుతుందని భావిస్తున్నారు. లోతైన నేర్చుకోవడం వంటి కొత్త సాంకేతికతల అభివృద్ధి యంత్ర అనువాదం యొక్క ఖచ్చితత్వాన్ని మరియు సహజతను మెరుగుపరచడంలో సహాయపడుతుంది.

సామాజిక మంచి కోసం టెక్స్ట్ విశ్లేషణ: తప్పు సమాచారాన్ని ఎదుర్కోవడం మరియు ప్రజా ఆరోగ్య సమస్యలను అర్థం చేసుకోవడం

పరిచయం

టెక్స్ట్ విశ్లేషణ అనేది కంప్యూటర్లను టెక్స్ట్ నుండి సమాచారాన్ని గుర్తించడానికి మరియు అర్థం చేసుకోవడానికి ఉపయోగించే భాషా ప్రాసెసింగ్ యొక్క ఒక శాఖ. ఇది వివిధ రంగాలలో ఉపయోగించబడుతుంది, వీటిలో సామాజిక మంచి కోసం ఉపయోగించడం కూడా ఉంది.

తప్పు సమాచారాన్ని ఎదుర్కోవడం

తప్పు సమాచారం అనేది సమాచారం లేదా వాస్తవాల యొక్క తప్పు లేదా కృత్రిమ వ్యక్తీకరణ. ఇది సామాజిక మంచికి గణనీయమైన హాని కలిగించవచ్చు, ఎందుకంటే ఇది అభిప్రాయాన్ని ప్రభావితం చేయవచ్చు మరియు చర్యలకు దారితీయవచ్చు.

టెక్స్ట్ విశ్లేషణను తప్పు సమాచారాన్ని గుర్తించడానికి మరియు విస్తరించడాన్ని నిరోధించడానికి ఉపయోగించవచ్చు. ఉదాహరణకు, టెక్స్ట్ విశ్లేషణను సోషల్ మీడియాలో తప్పు సమాచారాన్ని గుర్తించడానికి మరియు తొలగించడానికి ఉపయోగించవచ్చు.

ప్రజా ఆరోగ్య సమస్యలను అర్థం చేసుకోవడం

ప్రజా ఆరోగ్య సమస్యలు అనేవి ఒక సమాజంలోని అనేక మంది ప్రజలను ప్రభావితం చేసే ఆరోగ్య సమస్యలు. ఈ

సమస్యలను అర్థం చేసుకోవడం మరియు పరిష్కరించడం చాలా ముఖ్యం.

టెక్స్ట్ విశ్లేషణను ప్రజా ఆరోగ్య సమస్యలను అర్థం చేసుకోవడానికి ఉపయోగించవచ్చు. ఉదాహరణకు, టెక్స్ట్ విశ్లేషణను వ్యాధి సంబంధిత ట్రెండ్లను గుర్తించడానికి లేదా ప్రజల ఆరోగ్య ప్రవర్తనను అర్థం చేసుకోవడానికి ఉపయోగించవచ్చు.

టెక్స్ట్ విశ్లేషణ యొక్క కొన్ని ఉదాహరణలు

టెక్స్ట్ విశ్లేషణను సామాజిక మంచి కోసం ఉపయోగించడానికి అనేక మార్గాలు ఉన్నాయి. కొన్ని ఉదాహరణలు:

తప్పు సమాచారాన్ని గుర్తించడం మరియు విస్తరించడాన్ని నిరోధించడం

ప్రజా ఆరోగ్య సమస్యలను అర్థం చేసుకోవడం

సమాచారాన్ని మరింత అందుబాటులో చేయడం

సృజనాత్మక రంగాలలో NLP: కవితలు, సంగీతం మరియు కథ చెప్పడం

పరిచయం

సృజనాత్మక రంగాలలో, NLP అనేది కంప్యూటర్‌లను కవితలు, సంగీతం మరియు కథలను రూపొందించడానికి ఉపయోగించే సాంకేతికత. ఇది సృజనాత్మకతను మరింత సాధారణీకరించడానికి మరియు కొత్త రకాల కళాకృతులను సృష్టించడానికి అవకాశాన్ని అందిస్తుంది.

కవితలు

కవితలు అనేవి సాహిత్యంలో అత్యంత ప్రాచీన మరియు ప్రజాదరణ పొందిన రూపాలలో ఒకటి. అవి భావోద్వేగాలను వ్యక్తీకరించడానికి, ఆలోచనలను ప్రదర్శించడానికి మరియు కథలను చెప్పడానికి ఉపయోగించవచ్చు.

NLP ను కవితలను రూపొందించడానికి ఉపయోగించవచ్చు. ఉదాహరణకు, NLP నమూనాలను కవితల యొక్క శైలి మరియు భాషను అనుకరించడానికి శిక్షణ ఇవ్వవచ్చు. అవి కవితల యొక్క కొత్త ఆకృతులు మరియు భావాలను కూడా రూపొందించవచ్చు.

సంగీతం

సంగీతం అనేది మానవ సంస్కృతిలో ఒక ముఖ్యమైన భాగం. ఇది మన భావాలను వ్యక్తీకరించడానికి, ఆనందించడానికి మరియు ప్రేరేపించడానికి ఉపయోగించవచ్చు.

NLP ను సంగీతాన్ని రూపొందించడానికి ఉపయోగించవచ్చు. ఉదాహరణకు, NLP నమూనాలను సంగీత ముక్కల యొక్క శైలి మరియు భావాన్ని అనుకరించడానికి శిక్షణ ఇవ్వవచ్చు. అవి సంగీత ముక్కల యొక్క కొత్త ఆకృతులు మరియు థీమ్‌లను కూడా రూపొందించవచ్చు.

కథ చెప్పడం

కథ చెప్పడం అనేది మానవులకు ఒక ప్రాథమిక వ్యక్తిగత అవసరం. ఇది మనకు మన చుట్టూ ఉన్న ప్రపంచాన్ని అర్థం చేసుకోవడానికి మరియు అనుసంధానించుకోవడానికి సహాయపడుతుంది.

NLP ను కథలను రూపొందించడానికి ఉపయోగించవచ్చు. ఉదాహరణకు, NLP నమూనాలను కథల యొక్క శైలి మరియు భావాన్ని అనుకరించడానికి శిక్షణ ఇవ్వవచ్చు. అవి కథల యొక్క కొత్త ఆకృతులు మరియు థీమ్‌లను కూడా రూపొందించవచ్చు.

NLP యొక్క సవాళ్లు

సృజనాత్మక రంగాలలో NLP ఉపయోగించడానికి కొన్ని సవాళ్లు ఉన్నాయి. ఒక సవాలు ఏమిటంటే, NLP నమూనాలు కొన్నిసార్లు మానవుల మాదిరిగానే సృజనాత్మకంగా ఉండలేవు. మరొక సవాలు ఏమిటంటే, NLP నమూనాలు తప్పు సమాచారాన్ని కూడా రూపొందించగలవు.

భాషా ప్రాసెసింగ్ యొక్క భవిష్యత్తు: వ్యక్తిగతీకరించిన విద్య, అనుకూల AI మరియు అంతకు మించి

పరిచయం

భాషా ప్రాసెసింగ్ (NLP) అనేది కంప్యూటర్లను భాషను అర్థం చేసుకోవడానికి మరియు ఉత్పత్తి చేయడానికి ఉపయోగించే ఒక భాషా విజ్ఞాన శాఖ. ఇది ఇటీవలి సంవత్సరాలలో గణనీయమైన అభివృద్ధి చెందింది, మరియు దాని భవిష్యత్తు చాలా ఆశాజనకంగా ఉంది.

వ్యక్తిగతీకరించిన విద్య

NLP విద్యను వ్యక్తిగతీకరించడానికి ఉపయోగించవచ్చు. ఉదాహరణకు, NLP నమూనాలను విద్యార్థుల యొక్క అవసరాలు మరియు ప్రాధాన్యతలను అర్థం చేసుకోవడానికి ఉపయోగించవచ్చు. ఈ సమాచారాన్ని ఉపయోగించి, NLP నమూనాలు విద్యార్థులకు వారు అవసరమైన విద్యను అందించడానికి వ్యక్తిగతీకరించిన పాఠ్యాంశాలు మరియు కార్యక్రమాలను రూపొందించవచ్చు.

అనుకూల AI

NLP అనుకూల AI (AI) అభివృద్ధికి ఒక ముఖ్యమైన సాధనంగా ఉపయోగించబడుతుంది. ఉదాహరణకు, NLP నమూనాలను AI సిస్టమ్‌లకు మానవ భాషను అర్థం చేసుకోవడానికి మరియు ఉత్పత్తి చేయడానికి సహాయపడటానికి ఉపయోగించవచ్చు. ఈ సామర్థ్యం AI సిస్టమ్‌లను మరింత సహజమైన మరియు మానవులకు స్నేహపూర్వకంగా చేస్తుంది.

ఇతర అభివృద్ధులు

NLP యొక్క భవిష్యత్తులో ఇతర అభివృద్ధులు కూడా ఉన్నాయి. ఉదాహరణకు, NLP నమూనాలను కంప్యూటర్‌లను మానవులతో మరింత సహజంగా సంభాషించడానికి ఉపయోగించవచ్చు. ఈ సామర్థ్యం AI సిస్టమ్‌లను మరింత సహాయకరంగా మరియు సహజంగా చేస్తుంది.

భవిష్యత్తులో NLP యొక్క ప్రభావం

NLP యొక్క భవిష్యత్తులో గణనీయమైన ప్రభావం ఉండవచ్చని భావిస్తున్నారు. ఇది విద్య, వైద్యం, వ్యాపారం మరియు ఇతర అనేక రంగాలను మార్చగలదు.

ఉదాహరణలు

NLP యొక్క భవిష్యత్తులో కొన్ని నిర్దిష్ట ఉదాహరణలు ఇక్కడ ఉన్నాయి:

వ్యక్తిగతీకరించిన విద్య: NLP ఉపయోగించి, విద్యార్థులకు వారు అవసరమైన విద్యను అందించడానికి వ్యక్తిగతీకరించిన పాఠ్యాంశాలు మరియు కార్యక్రమాలను రూపొందించవచ్చు. ఇది విద్యార్థుల యొక్క విజయానికి దారితీస్తుంది.

Chapter 6: The Words Have Spoken: Implications and Ethics of Language Processing

అధ్యాయం 6: పదాలు మాట్లాడినాయి: భాషా ప్రాసెసింగ్ యొక్క ప్రభావాలు మరియు నీతి

పక్షపాతం మరియు న్యాయం: అల్గోరిథమిక్ అసమానతలను పరిష్కరించడం

పరిచయం

అల్గోరిథములు మన జీవితంలో అన్ని స్థాయిలలో ముఖ్యమైన పాత్ర పోషిస్తున్నాయి. అవి మనం ఉపయోగించే ఉత్పత్తులు మరియు సేవలను నిర్ణయిస్తాయి, మనకు అందుబాటులో ఉన్న సమాచారాన్ని పరిమితం చేస్తాయి మరియు మన నిర్ణయాలను ప్రభావితం చేస్తాయి. అయితే, అల్గోరిథములు పక్షపాతంతో పాటు వచ్చే అవకాశం ఉంది. ఈ పక్షపాతం అసమానతలకు దారితీయవచ్చు, ఇది సమాజంలోని అన్ని వర్గాలకు ప్రమాదం.

ఈ వ్యాసం అల్గోరిథమిక్ పక్షపాతం యొక్కక సమస్యను అన్వేషిస్తుంది. ఇది అల్గోరిథమిక్ పక్షపాతం యొక్క వివిధ రకాలను వివరిస్తుంది మరియు అల్గోరిథమిక్ అసమానతలను పరిష్కరించడానికి కొన్ని పరిష్కారాలను అందిస్తుంది.

అల్గోరిథమిక్ పక్షపాతం

అల్గోరిథమిక్ పక్షపాతం అనేది అల్గోరిథమ్‌లు నిజ ప్రపంచంలోని పక్షపాతాలను ప్రతిబింబించే సామర్థ్యం. ఇది అల్గోరిథమ్‌లలో లేదా వాటిని శిక్షణ ఇచ్చే డేటాలోని పక్షపాతాల కారణంగా సంభవించవచ్చు.

అల్గోరిథమిక్ పక్షపాతం యొక్క వివిధ రకాలు ఉన్నాయి. కొన్ని సాధారణ రకాలు:

డేటా పక్షపాతం: ఈ పక్షపాతం అల్గోరిథమ్‌ను శిక్షణ ఇచ్చే డేటాలోని పక్షపాతాల కారణంగా సంభవిస్తుంది. ఉదాహరణకు, ఒక డేటాసెట్‌లో చాలా మంది తెల్లజాతి వ్యక్తులు ఉంటే, ఆ డేటాసెట్‌పై శిక్షణ పొందిన అల్గోరిథమ్ తెల్లజాతి వ్యక్తులకు అనుకూలంగా ఉండే అవకాశం ఉంది.

కోడ్ పక్షపాతం: ఈ పక్షపాతం అల్గోరిథమ్‌ను రూపొందించిన ప్రోగ్రామర్‌లలోని పక్షపాతాల కారణంగా సంభవిస్తుంది. ఉదాహరణకు, ఒక ప్రోగ్రామర్‌కు మగవారిపై మహిళలపై అభిప్రాయం ఉంటే, ఆ ప్రోగ్రామర్ రూపొందించిన అల్గోరిథమ్ మహిళలకు అనుకూలంగా ఉండే అవకాశం ఉంది.

గోప్యత మరియు భద్రత: డిజిటల్ యుగంలో భాషా డేటాను రక్షించడం

పరిచయం

భాషా డేటా అనేది భాషా రూపంలో నిల్వ చేయబడిన సమాచారం. ఇది పుస్తకాలు, కథనాలు, యూట్యూబ్ వీడియోలు మరియు సోషల్ మీడియా పోస్ట్‌లు వంటి వివిధ వనరుల నుండి వస్తుంది. భాషా డేటా డిజిటల్ యుగంలో ముఖ్యమైన స్థానాన్ని ఆక్రమించింది. ఇది కొత్త ఉత్పత్తులు మరియు సేవలను అభివృద్ధి చేయడానికి, భాషలను అనువదించడానికి మరియు మానవ భాషను అర్థం చేసుకోవడానికి ఉపయోగించబడుతుంది.

అయితే, భాషా డేటాను రక్షించడం ముఖ్యం. భాషా డేటాను దుర్వినియోగం చేస్తే, అది గోప్యత హక్కులను ఉల్లంఘించడానికి, ప్రజలను గుర్తించడానికి మరియు ప్రచారం చేయడానికి ఉపయోగించబడుతుంది.

ఈ వ్యాసం డిజిటల్ యుగంలో భాషా డేటాను రక్షించడానికి కొన్ని పద్ధతులను చర్చిస్తుంది.

భాషా డేటాను రక్షించడానికి కారణాలు

భాషా డేటాను రక్షించడానికి అనేక కారణాలు ఉన్నాయి. వాటిలో కొన్ని:

- గోప్యత: భాషా డేటా వ్యక్తిగత సమాచారం, వంశం, మతం మరియు రాజకీయ అభిప్రాయాలు వంటి సమాచారాన్ని కలిగి

ఉండవచ్చు. ఈ సమాచారం దుర్వినియోగం చేస్తే, వ్యక్తిగత గోప్యతను ఉల్లంఘించవచ్చు.

గుర్తింపు: భాషా డేటాను ఉపయోగించి వ్యక్తులను గుర్తించవచ్చు. ఉదాహరణకు, ఒక వ్యక్తి యొక్క వెబ్ బ్రౌజింగ్ చరిత్రను భాషా డేటాతో జోడించడం ద్వారా, ఆ వ్యక్తిని గుర్తించవచ్చు.

ప్రచారం: భాషా డేటాను ప్రచారం చేయడానికి ఉపయోగించవచ్చు. ఉదాహరణకు, ఒక వ్యక్తి యొక్క సామాజిక మీడియా ప్రవర్తనను భాషా డేటాతో జోడించడం ద్వారా, ఆ వ్యక్తిని ప్రభావితం చేయడానికి లేదా మోసం చేయడానికి ఉపయోగించవచ్చు.

భాషా డేటాను రక్షించడానికి పద్ధతులు

భాషా డేటాను రక్షించడానికి అనేక మార్గాలు ఉన్నాయి. వాటిలో కొన్ని:

డేటా ప్రాధమికత: డేటాను సేకరించడానికి మరియు ఉపయోగించడానికి ముందు, డేటా ప్రాధమికతను పరిగణించాలి.

మానవ-యంత్ర భాగస్వామ్యం: మంచి కమ్యూనికేషన్ కోసం టెక్నాలజీతో సహకారం

పరిచయం

మానవులు మరియు యంత్రాలు కలిసి పనిచేయడం ఒక ముఖ్యమైన పరిణామం. ఈ భాగస్వామ్యం మన జీవితంలో అన్ని స్థాయిలలో ప్రభావం చూపుతోంది, ఉద్యోగం, విద్య మరియు వినోదం వంటి వాటిలో.

మానవ-యంత్ర భాగస్వామ్యం యొక్క ముఖ్యమైన అంశాలలో ఒకటి మంచి కమ్యూనికేషన్. యంత్రాలు మరింత సున్నితమైన మరియు మేధస్సుతో కూడుకున్నవిగా మారినప్పుడు, మానవులు వాటితో మరింత సమర్థవంతంగా కమ్యూనికేట్ చేయడం ముఖ్యం.

ఈ వ్యాసం మానవ-యంత్ర భాగస్వామ్యం మరియు మంచి కమ్యూనికేషన్ యొక్క ప్రాముఖ్యతపై దృష్టి పెడుతుంది. ఇది ఈ రెండింటినీ మెరుగుపరచడానికి కొన్ని మార్గాలను చర్చిస్తుంది.

మానవ-యంత్ర భాగస్వామ్యం

మానవ-యంత్ర భాగస్వామ్యం అనేది మానవులు మరియు యంత్రాలు కలిసి పనిచేసే ప్రక్రియ. ఇది ఒక సంక్లిష్టమైన ప్రక్రియ, ఇది మానవుల మరియు యంత్రాల మధ్య మంచి సహకారం అవసరం.

మానవ-యంత్ర భాగస్వామ్యం యొక్క కొన్ని ఉదాహరణలు:

కృత్రిమ మేధస్సు (AI)తో సహాయక కార్యకలాపాలు: AI-ఆధారిత సహాయక సాధనాలు మానవులకు చాలా పనులను పూర్తి చేయడంలో సహాయపడతాయి, ఉదాహరణకు, విమానాలను నడపడం, వ్యాధులను నిర్ధారించడం మరియు వ్యాపారాలను నిర్వహించడం.

భాషా నమూనాలతో కమ్యూనికేషన్: భాషా నమూనాలు మానవులతో చాట్ చేయగల సామర్థ్యం ఉన్న AI సాధనాలు. వారు సమాచారాన్ని అందించగలరు, ప్రశ్నలకు సమాధానం ఇవ్వగలరు మరియు కూడా సృజనాత్మక కంటెంట్‌ను రూపొందించగలరు.

రోబోటిక్స్‌తో పని: రోబోట్లు చాలా పనులను పూర్తి చేయడానికి ఉపయోగించవచ్చు, ఉదాహరణకు, ఫ్యాక్టరీల్లో ఉత్పత్తులను తయారు చేయడం, ఆసుపత్రులలో రోగులకు సహాయం చేయడం మరియు సైనిక పనులను నిర్వహించడం.

మంచి కమ్యూనికేషన్

మంచి కమ్యూనికేషన్ అనేది ఏదైనా సహకారానికి ముఖ్యమైన అంశం. మానవ-యంత్ర భాగస్వామ్యంలో, మంచి కమ్యూనికేషన్ అనేది మానవులు మరియు యంత్రాలు సమర్థవంతంగా పని చేయడానికి అవసరం.

పరిణామ చెందుతున్న దృశ్యం: NLPలో పురోగతితో వేగంగా అభివృద్ధి చెందడం

పరిచయం

భాషా నమూనాల పరిశోధన (NLP) అనేది కృత్రిమ మేధస్సు (AI) యొక్క ఒక శాఖ, ఇది కంప్యూటర్లను మానవ భాషను అర్థం చేసుకోవడానికి మరియు ఉత్పత్తి చేయడానికి అనుమతిస్తుంది. NLPలో పురోగతి చాలా రకాల ఉత్పత్తులు మరియు సేవలను సృష్టించడానికి దారితీసింది, వీటిలో భాషా అనువాదం, ప్రశ్నలకు సమాధానం ఇవ్వడం మరియు సృజనాత్మక కంటెంట్ రూపొందించడం వంటివి ఉన్నాయి.

NLPలో పురోగతి కొనసాగుతుందని మరియు భవిష్యత్తులో మరింత ఆకట్టుకునే అనువర్తనాలకు దారితీస్తుందని నిపుణులు అంచనా వేస్తున్నారు. ఈ వ్యాసం NLPలో పురోగతి యొక్క కొన్ని ప్రధాన పోకడలను సమీక్షిస్తుంది మరియు ఈ పురోగతి భవిష్యత్తులో మన జీవితాలను ఎలా ప్రభావితం చేస్తుందో చర్చిస్తుంది.

NLPలో పురోగతి

NLPలో పురోగతి యొక్క కొన్ని ప్రధాన పోకడలు ఇక్కడ ఉన్నాయి:

- డేటా పరిమాణం మరియు నాణ్యతలో పెరుగుదల: NLP నమూనాలను శిక్షణ ఇవ్వడానికి ఉపయోగించే డేటా పరిమాణం మరియు నాణ్యతలో పెరుగుదల పురోగతికి ముఖ్యమైన కారకం. మరింత డేటా అందుబాటులో

ఉన్నప్పుడు, నమూనాలు మరింత ఖచ్చితమైన మరియు సమగ్రమైన అంచనాలు చేయగలవు.

కంప్యూటింగ్ శక్తిలో పెరుగుదల: కంప్యూటింగ్ శక్తిలో పెరుగుదల కూడా NLPలో పురోగతిని ప్రోత్సహించింది. కంప్యూటర్లు మరింత శక్తివంతంగా ఉన్నప్పుడు, NLP నమూనాలను శిక్షణ ఇవ్వడానికి మరియు అమలు చేయడానికి అవసరమైన సమయం మరియు వనరులను తగ్గించవచ్చు.

కొత్త నమూనా ఆర్కిటెక్చర్ల అభివృద్ధి: NLP నమూనా ఆర్కిటెక్చర్లలో కొత్త పరిశోధనలు పురోగతికి కూడా దోహదపడ్డాయి. కొత్త ఆర్కిటెక్చర్లు మరింత శక్తివంతమైనవి మరియు సమర్థవంతమైనవి, ఇది NLP నమూనాల పనితీరును మెరుగుపరచడంలో సహాయపడుతుంది.

చివరి ప్రతిబింబం: టెక్నాలజీతో భాషను ఆకృతీకరించడం యొక్క శక్తి మరియు బాధ్యత

పరిచయం

భాష అనేది మానవుడి అత్యంత శక్తివంతమైన సాధనాలలో ఒకటి. ఇది మనం ఆలోచించడానికి, కమ్యూనికేట్ చేయడానికి మరియు ప్రపంచాన్ని అర్థం చేసుకోవడానికి మనకు అనుమతిస్తుంది. టెక్నాలజీ భాషను ఆకృతీకరించడంలో ఒక ముఖ్యమైన పాత్ర పోషిస్తోంది.

టెక్నాలజీ భాషను ఆకృతీకరించడానికి అనేక మార్గాల్లో ఉపయోగించవచ్చు. ఉదాహరణకు, భాషా అనువాదం టెక్నాలజీని ఉపయోగించి ఒక భాష నుండి మరొక భాషకు భాషను అనువదించవచ్చు. భాషా శోధన టెక్నాలజీని ఉపయోగించి నిర్దిష్ట అంశాలపై సమాచారాన్ని కనుగొనవచ్చు. మరియు భాషా ఉత్పత్తి టెక్నాలజీని ఉపయోగించి కవితలు, కోడ్, స్క్రిప్ట్‌లు మరియు ఇతర రకాల సృజనాత్మక కంటెంట్ ను రూపొందించవచ్చు.

టెక్నాలజీతో భాషను ఆకృతీకరించడం యొక్క శక్తి

టెక్నాలజీతో భాషను ఆకృతీకరించడం యొక్క అనేక శక్తివంతమైన ప్రయోజనాలు ఉన్నాయి. ఉదాహరణకు, ఇది మనం ప్రపంచంతో కమ్యూనికేట్ చేసే విధానాన్ని మెరుగుపరచగలదు. ఇది మనకు కొత్త సమాచారాన్ని అందించగలదు మరియు మనం కొత్త విషయాలు నేర్చుకోవడంలో సహాయపడగలదు. మరియు ఇది మనం మరింత సృజనాత్మకంగా ఉండటానికి మరియు మన

ఆలోచనలను మరింత సమర్థవంతంగా వ్యక్తపరచడానికి సహాయపడగలదు.

టెక్నాలజీతో భాషను ఆకృతీకరించడం యొక్క బాధ్యత

అయితే, టెక్నాలజీతో భాషను ఆకృతీకరించడం యొక్క కొన్ని బాధ్యతలు కూడా ఉన్నాయి. ఉదాహరణకు, ఇది పక్షపాతాన్ని ప్రోత్సహించగలదు. ఇది మానవ భాష యొక్క సున్నితమైన ఛాయలను కోల్పోయేలా చేయగలదు. మరియు ఇది మనకు సమాచారాన్ని అందించడానికి లేదా మన ఆలోచనలను వ్యక్తపరచడానికి కొత్త మార్గాలను సృష్టించగలదు, కానీ అవి కూడా మనకు కొత్త సమస్యలను సృష్టించగలవు.

Chapter 7: Beyond the Textbook: Resources and Next Steps for Learning NLP

అధ్యాయం 7: పాఠ్యపుస్తకం అ గాలర: NLP నేర్చుకోవడానికి వనరులు మరియు తదుపరి దశలు

ఆన్‌లైన్ కోర్సులు మరియు ట్యుటోరియల్స్: టెక్స్ట మైనింగ్ మరియు NLPతో ప్రారంభం

పరిచయం

టెక్స్ట మైనింగ్ మరియు NLP అనేవి కృత్రిమ మేధస్సు (AI) యొక్క శాఖలు, ఇవి మానవ భాషను అర్థం చేసుకోవడానికి మరియు ఉపయోగించడానికి కంప్యూటర్‌లను అనుమతిస్తాయి. ఈ రంగాలు ఇటీవలి సంవత్సరాలలో గణనీయమైన పురోగతిని సాధించాయి మరియు ఇప్పుడు వ్యాపారాలు, ప్రభుత్వాలు మరియు విద్యాసంస్థలలో వివిధ అనువర్తనాలను కనుగొన్నాయి.

టెక్స్ట మైనింగ్ మరియు NLPలో నైపుణ్యం పొందడానికి అనేక మార్గాలు ఉన్నాయి. ఒక మార్గం ఆన్‌లైన్ కోర్సులు మరియు ట్యుటోరియల్‌లను తీసుకోవడం. ఈ కోర్సులు మరియు ట్యుటోరియల్‌లు ఈ రంగాల యొక్క ప్రాథమికాలను నేర్చుకోవడానికి మరియు మీరు మీ స్వంత ప్రాజెక్ట్‌లను ప్రారంభించడానికి అవసరమైన నైపుణ్యాలను అభివృద్ధి చేయడానికి మీకు సహాయపడతాయి.

ఆన్‌లైన్ కోర్సులు

ఆన్‌లైన్ కోర్సులు టెక్స్ట్ మైనింగ్ మరియు NLPలో నైపుణ్యం పొందడానికి ఒక సమర్థవంతమైన మార్గం. ఈ కోర్సులు సాధారణంగా మీరు మీ స్వంత వేగంలో నేర్చుకోవడానికి అనుమతిస్తాయి మరియు ప్రపంచవ్యాప్తంగా ఉన్న ఉపాధ్యాయుల నుండి అధిక-నాణ్యత గల బోధనను అందిస్తాయి.

టెక్స్ట్ మైనింగ్ మరియు NLPలో ఆన్‌లైన్ కోర్సుల కోసం కొన్ని ఉత్తమ వనరులు ఇక్కడ ఉన్నాయి:

Coursera: Coursera అనేది వివిధ విశ్వవిద్యాలయాలు మరియు సంస్థల నుండి ఆన్‌లైన్ కోర్సులను అందించే ఒక ప్రముఖ వెబ్‌సైట్. టెక్స్ట్ మైనింగ్ మరియు NLPలో అనేక కోర్సులు అందుబాటులో ఉన్నాయి, వీటిలో "Introduction to Data Mining" (Stanford University) మరియు "Natural Language Processing with Python" (University of California, Berkeley) ఉన్నాయి.

ఓపెన్-సోర్స్ లైబ్రరీలు మరియు సాధనాలు: మీ స్వంత భాషా ప్రాసెసింగ్ ప్రాజెక్ట్‌లను నిర్మించడం

పరిచయం

భాషా ప్రాసెసింగ్ అనేది కృత్రిమ మేధస్సు (AI) యొక్క ఒక శాఖ, ఇది కంప్యూటర్లను మానవ భాషను అర్థం చేసుకోవడానికి మరియు ఉపయోగించడానికి అనుమతిస్తుంది. భాషా ప్రాసెసింగ్‌లో అనేక రకాల అనువర్తనాలు ఉన్నాయి, వీటిలో భాషా అనువాదం, ప్రశ్నలకు సమాధానం ఇవ్వడం మరియు సృజనాత్మక కంటెంట్ రూపొందించడం వంటివి ఉన్నాయి.

మీ స్వంత భాషా ప్రాసెసింగ్ ప్రాజెక్ట్‌లను నిర్మించడానికి, మీకు సరైన సాధనాలు మరియు లైబ్రరీలు అవసరం. ఓపెన్-సోర్స్ లైబ్రరీలు మరియు సాధనాలు ఈ రంగంలోని అభివృద్ధిని వేగవంతం చేశాయి, ఎందుకంటే అవి ప్రతి ఒక్కరికీ అందుబాటులో ఉన్నాయి మరియు వాటిని సులభంగా సర్దుబాటు చేయవచ్చు.

ఓపెన్-సోర్స్ లైబ్రరీలు

ఓపెన్-సోర్స్ లైబ్రరీలు అనేవి ఉచితంగా అందుబాటులో ఉన్న మరియు కోడ్ మరియు డేటాతో సహా వాటి అభివృద్ధి సమాచారాన్ని కలిగి ఉన్న లైబ్రరీలు. భాషా ప్రాసెసింగ్ కోసం అనేక ఓపెన్-సోర్స్ లైబ్రరీలు అందుబాటులో ఉన్నాయి, వీటిలో కొన్ని:

- TensorFlow: TensorFlow అనేది Google AI చే అభివృద్ధి చేయబడిన ఒక ఓపెన్-సోర్స్ డేటా స్ట్రీమింగ్ మరియు మెషిన్

లెర్నింగ్ లైబ్రరీ. ఇది భాషా ప్రాసెసింగ్‌లో అనేక అనువర్తనాలకు ఉపయోగించవచ్చు, వీటిలో భాషా అనువాదం, ప్రశ్నలకు సమాధానం ఇవ్వడం మరియు సృజనాత్మక కంటెంట్ రూపొందించడం వంటివి ఉన్నాయి.

PyTorch: PyTorch అనేది Facebook చే అభివృద్ధి చేయబడిన ఒక ఓపెన్-సోర్స్ మెషిన్ లెర్నింగ్ లైబ్రరీ. ఇది TensorFlow మాదిరిగానే, కానీ ఇది డేటా స్ట్రీమింగ్‌పై దృష్టి పెడుతుంది.

spaCy: spaCy అనేది ఒక ఓపెన్-సోర్స్ లైబ్రరీ, ఇది ఇంగ్లీష్ మరియు ఇతర భాషలలో భాషా విశ్లేషణను అందిస్తుంది. ఇది పదజాలం, వచనం మరియు భాషా నిర్మాణాలను అర్థం చేసుకోవడానికి ఉపయోగించవచ్చు.

పరిశోధనా పత్రాలు మరియు సమావేశాలు: NLP పురోగతిలో ముందువరుసలో ఉండటం

పరిచయం

భాషా ప్రాసెసింగ్ అనేది కృత్రిమ మేధస్సు (AI) యొక్క ఒక శాఖ, ఇది కంప్యూటర్లను మానవ భాషను అర్థం చేసుకోవడానికి మరియు ఉపయోగించడానికి అనుమతిస్తుంది. NLP ఒక వేగంగా అభివృద్ధి చెందుతున్న రంగం, మరియు ఈ రంగంలోని పురోగతిని అందుకోవడానికి ఉత్తమ మార్గాలలో ఒకటి పరిశోధనా పత్రాలు మరియు సమావేశాలను చదవడం మరియు హాజరు కావడం.

పరిశోధనా పత్రాలు

పరిశోధనా పత్రాలు NLP రంగంలోని తాజా పరిశోధనలను తెలుసుకోవడానికి ఉత్తమ మార్గం. పరిశోధనా పత్రాలు సాధారణంగా అధునాతన పద్ధతులను వివరిస్తాయి మరియు NLP సమస్యలను పరిష్కరించడానికి కొత్త ఆలోచనలను అందిస్తాయి.

NLP పరిశోధనా పత్రాలను చదవడం ప్రారంభించడానికి, మీరు కొన్ని ప్రముఖ NLP జర్నల్లను చదవడం ప్రారంభించవచ్చు. కొన్ని ప్రముఖ NLP జర్నల్లు:

- Transactions of the Association for Computational Linguistics (TACL)
- Computational Linguistics (CL)
- Journal of Artificial Intelligence Research (JAIR)

Natural Language Engineering (NLE)

మీరు మీ ఆసక్తులకు సంబంధించిన నిర్దిష్ట పరిశోధనలను కనుగొనడానికి Google Scholar లేదా IEEE Xplore వంటి సర్చ్ ఇంజన్లను కూడా ఉపయోగించవచ్చు.

సమావేశాలు

సమావేశాలు NLP పరిశోధకులను కలుసుకోవడానికి మరియు వారి పని గురించి చర్చించడానికి ఒక అద్భుతమైన మార్గం. సమావేశాలలో, మీరు ఇతర పరిశోధకుల నుండి నేర్చుకోవచ్చు, మీ ఆలోచనలను ఇతరులతో పంచుకోవచ్చు మరియు మీ నెట్‌వర్క్‌ను విస్తరించవచ్చు.

కమ్యూనిటీతో నిమగ్నమవ్వడం: NLP ఉత్సాహుల ఫోరమ్ లు మరియు నెట్వర్క్లలో చేరడం

పరిచయం

NLP ఒక వేగంగా అభివృద్ధి చెందుతున్న రంగం, మరియు ఈ రంగంలో విజయం సాధించడానికి, మీరు NLP కమ్యూనిటీతో నిమగ్నమై ఉండాలి. NLP కమ్యూనిటీలో చేరడానికి అనేక మార్గాలు ఉన్నాయి, వాటిలో ఫోరమ్లు మరియు నెట్వర్క్లు ఉన్నాయి.

ఫోరమ్లు

ఫోరమ్లు NLP ఉత్సాహులతో కనెక్ట్ అవ్వడానికి మరియు వారితో చర్చించడానికి ఒక గొప్ప మార్గం. ఫోరమ్లలో, మీరు ప్రశ్నలకు సమాధానం పొందవచ్చు, మీ ఆలోచనలను ఇతరులతో పంచుకోవచ్చు మరియు మీ నెట్వర్క్ను విస్తరించవచ్చు.

NLP కోసం అనేక ఫోరమ్లు అందుబాటులో ఉన్నాయి, వాటిలో కొన్ని:

- Stack Overflow: Stack Overflow అనేది భారీ కమ్యూనిటీతో కూడిన ఒక ప్రసిద్ధ టెక్నాలజీ ఫోరమ్. NLP గురించి ప్రశ్నలు మరియు సమాధానాలకు అనేక థ్రెడ్లు ఉన్నాయి.

- Reddit: Reddit అనేది విస్తృతమైన కమ్యూనిటీలతో కూడిన ఒక ప్రసిద్ధ సోషల్ నెట్వర్కింగ్ సైట్. NLP కోసం అనేక సబ్రెడిట్ లు ఉన్నాయి, వీటిలో r/NaturalLanguageProcessing ఒకటి.

Quora: Quora అనేది ప్రశ్నలు మరియు సమాధానాలపై దృష్టి పెట్టిన ఒక ప్రసిద్ధ వెబ్‌సైట్. NLP గురించి అనేక ప్రశ్నలు మరియు సమాధానాలు ఉన్నాయి.

నెట్‌వర్క్‌లు

నెట్‌వర్క్‌లు NLP ఉత్సాహులతో కనెక్ట్ అవ్వడానికి మరియు వారితో కలిసి పని చేయడానికి మరొక గొప్ప మార్గం. నెట్‌వర్క్‌లు సాధారణంగా ఒక నిర్దిష్ట అంశం లేదా ప్రాంతంపై దృష్టి పెడతాయి.

NLP కోసం అనేక నెట్‌వర్క్‌లు అందుబాటులో ఉన్నాయి, వాటిలో కొన్ని:

Association for Computational Linguistics (ACL): ACL అనేది NLP కోసం అతిపెద్ద అంతర్జాతీయ సంఘం. ACL సభ్యులు ప్రపంచవ్యాప్తంగా ఉన్నారు మరియు వారు NLP యొక్క అన్ని అంశాలపై పని చేస్తారు.

European Association for Computational Linguistics (EACL): EACL అనేది ACL యొక్క యూరోపియన్ అనుబంధ సంఘం. EACL సభ్యులు యూరప్ మరియు పశ్చిమ ఆసియాలో ఉన్నారు.

North American Chapter of the Association for Computational Linguistics (NAACL): NAACL అనేది ACL యొక్క ఉత్తర అమెరికన్ అనుబంధ సంఘం. NAACL సభ్యులు ఉత్తర అమెరికాలో ఉన్నారు.

www.ingramcontent.com/pod-product-compliance
Lightning Source LLC
LaVergne TN
LVHW020432080526
838202LV00055B/5141
9788119855964